പഞ്ഞിയുടെ
1111
കുറുങ്കവിതകൾ

**Panjiyude 1111 Kurumkavithakal**
1111 Short poems by Panji
(Malayalam)
Author: Roy Panjikkaran

Cover Design: N D Vijayakumar, Pallikkathodu
Layout: Chembarathi Creatives

May, 2026

ISBN : 978-93-48511-14-0



Published by:
Carbon Editions, Kottayam
Email: carbonedtns@gmail.com

# പഞ്ഞിയുടെ
# 1111
# കുറുങ്കവിതകൾ

റോയ് പഞ്ഞിക്കാരൻ

Carbon Editions
KOTTAYAM

**റോയ് പഞ്ഞിക്കാരൻ**
**(അഡ്വ. റോയ് പി. ജോസഫ്)**
ജനനം: കോട്ടയം പട്ടണം
പിതാവ്: പി.പി. ജോസഫ് പഞ്ഞിക്കാരൻ
മാതാവ്: സെലീന ജോസഫ്
വിദ്യാഭ്യാസം: കോട്ടയം എം.ഡി. സെമിനാരി, ബസേലിയസ് കോളേജ്, പൂനെ യൂണിവേഴ്സിറ്റി എന്നിവിടങ്ങളിൽ.
ബസേലിയസ് കോളേജ്, മുന്ദ്ര അദാനി പോർട്ട് ഇവിടങ്ങളിൽ സേവനം അനുഷ്ഠിച്ചിട്ടുണ്ട്.
Awards: Rajiv Gandhi National Excellance Award (GIA New Delhi), Best lyricist of the year 2023 (Malayalam UK), Best writer of Thrissur District (Manjari Books, Yr. 2023), Nine world records participation certificates in poems, ശ്രേഷ്ഠ കുറുംകവിതാ അവാർഡ് - വയലാർ കലാ സാഹിത്യ സാംസ്കാരിക വേദി (പാലക്കാട് )
ഇപ്പോൾ UKയിൽ സ്ഥിര താമസം.
ഭാര്യ: ഷേർലി റോയ്
മകൾ: Dr. ആൻ റോഷെർ റോയ് പഞ്ഞിക്കാരൻ
മകൻ: Er. ഷെരോൺ റോയ് പഞ്ഞിക്കാരൻ.
വിലാസം: പഞ്ഞിക്കാരൻ, തൃശൂർ - 680 683
29 Old Hall Lane, Gr Manchester, BL5 2HQ

# റോയി പഞ്ഞിക്കാരന്റെ 1111 കുറുങ്കവിതകൾ

**ഡോ. നെത്തല്ലൂർ ഹരികൃഷ്ണൻ**

1111 ഒരു മാന്ത്രിക സംഖ്യയാണ്. ഒന്നിൽ നിന്നും ഇരട്ടിക്കുന്ന ആയിരത്തിലേക്കുള്ള പ്രയാണം എന്നാലത് ലളിതവും ഗഹനവുമാണ്. പാശ്ചാത്യർ ഈ സംഖ്യയെ മാലാഖ സംഖ്യ (Angel Number) എന്നു വിളിക്കുന്നു. കാവൽ മാലാഖമാരുടെ സാന്നിധ്യവും സംരക്ഷണവും വ്യക്തമാക്കുന്നുണ്ടിത്. പോസിറ്റീവ് ചിന്തകളാൽ ഹൃദയത്തെ വിമലീകരിക്കണം എന്ന് ഈ പരികല്പന സൂചിപ്പിക്കുന്നു. സംഖ്യാശാസ്ത്ര പ്രകാരം (Numerology) അറിവിടങ്ങളെ അറിയാനും തന്നിൽ തന്നെയുള്ള ചൈതന്യത്തെ അനുഭവിക്കാനും വഴിയൊരുക്കുന്ന ഭാഗ്യ സ്ഥാനമായ 11 ന്റെ പെരുക്കമാണ് 1111. ഇത് പുതിയ തുടക്കത്തേയും സാധ്യതകളേയും വ്യക്തമാക്കുന്നുണ്ട്. എന്തായാലും ഈ സംഖ്യ വെറുമൊരു അക്കമല്ല. പ്രത്യാശയുടെയും പ്രതീക്ഷയുടെയു ദൈവികതയുടെയും പ്രതീകം (Symbol) തന്നയാണ്. പഞ്ഞിയുടെ 1111 കുറുങ്കവിതകൾ പ്രസക്തമാവുന്നത് ഇവിടെയാണ്.

റോയി പഞ്ഞിക്കാരൻ സമൃദ്ധമായ ഒരു കാവ്യസംസ്കാരത്തെ വായനക്കാരിലേക്ക് എത്തിച്ചിരിക്കുന്നു. ദീർഘകാലത്തെ ഭാഷയുമായുള്ള ബന്ധം, കവിതാ രചനയിലെ പ്രാഗത്ഭ്യം, നവീനാശയങ്ങൾ കോർത്തെടുക്കാനുള്ള കഴിവ് എല്ലാം ഈ കവിക്കുണ്ട്. കുറച്ചു വരികളിലൂടെ കൂടുതൽ കാര്യങ്ങൾ പറയുക . അതിലൂടെ വായനക്കാരിൽ പുത്തൻ ഉണർവ്വ് നൽകുക. അങ്ങനെ കവിതയുടെയും കവിയുടെയും ലക്ഷ്യം ഏകമായി പരിണമിക്കുന്നു. ഹൈക്കു (Haiku) എന്ന ജാപ്പനീസ് കാവ്യരൂപവുമായി ഇതിന് സമാനതകൾ ഉണ്ട്. അതിന്റെ കാവ്യനിയമങ്ങൾ പാലിക്കാനല്ല മറിച്ച് ഗഹനമായ

ആശയങ്ങളെ ഒതുക്കി ഒരുക്കിയെടുത്ത് മുത്തു പോലെ കോർത്തെടുത്തതിലാണ് 1111 കവിതകളുടെ സമാഹാരം വ്യതിരിക്തമാവുന്നത്.

മരുഭൂമി എന്ന കവിതയിലാണ് സമാഹാരം തുടങ്ങുന്നത്. ശൂന്യത നിറഞ്ഞ മണലിന്റെ കടലാണത്. അവസാനമില്ലാത്ത മണൽപ്പരപ്പും.അവസാനിക്കാത്ത ആശകളും അവിടെയുണ്ട്. എന്നാൽ നിരാശയുടെ മരുഭൂമിയിൽ പോലും പ്രതീക്ഷയുടെ വിത്തുകൾ മുളയ്ക്കുന്നത് കവി ചൂണ്ടികാണിക്കുന്നു. സ്വദേശം വിട്ടു ജീവിക്കുന്ന നിരവധി പേർക്കുള്ള സന്ദേശമാണിത്. നിലയ്ക്കാത്ത പ്രതീക്ഷകളും ആഗ്രഹങ്ങളും പേറി അന്യ നാട്ടിലേക്ക് പ്രയാണം നടത്തുന്ന ഓരോ വ്യക്തികൾക്കും വേണ്ടിയുള്ള സന്ദേശമാണത്. പ്രവാസ ജീവിതത്തിന്റെ കയ്പ്പും മധുരവും ഏറ്റവുമധികം നുണഞ്ഞ മലയാളികളെ മനസ്സിൽ കണ്ടുകൊണ്ടുതന്നെയാണ് ആദ്യ കുറുങ്കവിത ചെത്തിയൊരുക്കിയത്. കീശ എന്ന അടുത്ത കവിതയും വിസ്മയം നല്കുന്നതാണ്. ആശ കൂടിയപ്പോഴാണ് കീശ കീറിയതെന്ന വാസ്തവം ഏതാനും വരികളിൽ തന്നെ വ്യക്തമാക്കുന്നു. ശരീരത്തേയും ജീവിതത്തേയും മറച്ചും ചേർത്തും പിടിക്കുന്ന കീശ. വരവനുസരിച്ച് ചിലവ് കഴിക്കാതെ വരുമ്പോളവ കീറി പോകുന്നുവെന്ന യാഥാർത്ഥ്യമാണിവിടെ വ്യക്തമാവുന്നത്. ഒച്ച എന്ന കവിതയിൽ ഒച്ചയും മൗനവും തമ്മിലുള്ള നേർത്ത നിയമങ്ങളെ വരച്ചിടുന്നു. ഒരു നാണയത്തിന്റെ രണ്ടു വശങ്ങളാണവ.ജനിക്കുമ്പോഴും മരിക്കുമ്പോഴും ഈ ഒച്ച കൂടെയുണ്ട്.തോൾ എന്ന കവിതയിൽ ഒന്നു തല ചായ്ച്ചാൽ മനുഷ്യൻ മനുഷ്യനാകുന്ന സ്ഥലമായി തോളിനെ കാണുന്നു.

പുറം കടുപ്പവും അകം മധുരവുമായ ചില മനുഷ്യരെപ്പോലെയാണ് തേങ്ങയെന്ന് എത്ര ഭംഗിയിലാണ് കവി പറഞ്ഞു വെച്ചിരിക്കുന്നത്

"എന്ത്യൂട്ട് തേങ്ങ
ചില മനുഷ്യരെപ്പോലെ
പുറം കടുപ്പം
അകം മധുരം"

ഇതിലും ലളിതമായും വ്യക്തമായും മനുഷ്യനെ എങ്ങനെ കവി കാഴ്ചവെയ്ക്കും.

സരസമായി കവി വാക്ക് മൊഴിയാനും കവിയ്ക്കറിയാം.. വള്ളംകളി ,ഉപ്പേരി തുടങ്ങിയ കവിതകൾ ഉദാഹരണമാണ്.

"വള്ളംകളിക്കൊന്ന്
വള്ളത്തിൽ പോയി
വള്ളം പൊളിഞ്ഞ് വെള്ളത്തിൽ വീണു
പള്ളയിൽ നിറയെ
വെള്ളവും വീണു "

ഉപ്പേരിയാവട്ടെ, പഴം തൊലി കീറി കടലാഴം എണ്ണയിൽ മുങ്ങിയാണ് മങ്ങാത്ത ഓർമ്മയ്ക്കായി മഞ്ഞ വട്ടമായി പൊങ്ങി വരുന്നത്. പ്രണയമെന്ന അരിപ്പയിൽ കാമം അരിച്ചു വീഴുന്നുവെന്ന സത്യമാണ് അരിപ്പ എന്ന കവിത പറയുന്നത്. കാമുകിയെ ദേവതയായി കാണുന്ന സംസ്കാരത്തിനു വന്ന ഇടർച്ചയെ കവി പരോക്ഷമായി വിമർശിക്കുന്നു. യൗവ്വനം പുറത്തറിയിക്കുന്ന മുഖക്കുരുവും കവിതയിലെത്തുന്നുണ്ട്.

"കൗമാരത്തിൽ ചെറിയ വട്ട കണ്ണാടിയിൽ
വട്ടമിട്ടു നോക്കിയപ്പോൾ
കവിളിലൊരു ചെറുകുന്ന്...

ഈ ചെറുകുന്നിനെ ഞെക്കി പൊട്ടിച്ചപ്പോഴാണ് യൗവ്വനം പുറത്തു ചാടിയത്. കൗമാരത്തിന്റെ പടിയിൽ നിന്നും യൗവ്വനത്തിലേക്കുള്ള തേക്കം എത്ര ലളിതമായാണ് അറിയിച്ചിരിക്കുന്നത്. മറ്റൊരു കവിതയിൽ അമ്മി എങ്ങിനെയാണ് മമ്മിയായതെന്ന് പറയുന്നു. അമ്മ മമ്മിയായപ്പോൾ അമ്മയും അമ്മിയും പിണങ്ങിയത്രേ. തമ്മിൽ കാണാനും ഇഷ്ടമില്ല മാക്സിയും മിക്സിയുമാണ് മമ്മി ക്കിഷ്ടം. അമ്മി അങ്ങനെ മമ്മിയായത്രേ!

കാവ്യ ജനനത്തെക്കുറിച്ചും മധുരമായി കവി എഴുതുന്നു, ശോകവും ശ്ലോകവും എന്ന കവിതയിൽ.

"സൗന്ദര്യമുള്ള വേദന
കലയുള്ള കണ്ണീർ
ഇവയിൽ നിന്നും ശോകമുള്ള ശ്ലോകവും ജനിക്കുന്നു".

ശോകത്തിൽ നിന്നും ശ്ലോകം ജനിച്ചുവെന്ന ആശയത്തിന്റെ അനു വചനം എത്ര തനിമയോടെയാണ് ചേർത്തിരിക്കുന്നത്. ഏത് സർഗസൃഷ്ടിക്കു പിന്നിലും അനുഭവപ്പെടുന്ന ആത്മവേദനയുടെ പകർന്നൊഴുക്കലാണത്. ഏതു സൃഷ്ടിയേയും മഹത്തരമാക്കുന്നത് ഈ സർഗാത്മക നൊമ്പരമാണ്.

ദൈവം, ഇടം, പുസ്തകം, തീവ്രവാദം തുടങ്ങിയ കവിതകൾ ആശയാവതരണത്തിന്റെ വ്യത്യസ്തത കൊണ്ട് ശ്രദ്ധേയമാണ്. മനുഷ്യൻ മനുഷ്യനെ കൊല്ലുന്ന കാഴ്ച കണ്ട് മാറുന്ന മേഘങ്ങ

ളിലും പൈൻ മരക്കാട്ടിലും മറഞ്ഞിരിക്കുന്ന ദൈവം. മറ്റെവിടെ തിരഞ്ഞാലും ദൈവത്തെ കണ്ടെത്താൻ കഴിയുന്നില്ല. എങ്ങും അടുക്കാതെ പോയ ഒരിടത്താണ് താൻ അന്യനായി പോയതെന്നും അവിടെ താൻ ഏകനാണെന്നും" ഇട"മെന്നകവിതയിൽ പറയുന്നു.

"ആളുകൾ താളുകൾ തുറക്കാതെ മാളുകൾ

തുറക്കാൻ കാത്തിരിക്കുമ്പോൾ "പുസ്തകം തുറക്കാതെ ആളുകളുടെ മസ്തകം വരളുന്നുണ്ടത്രേ. "ഉത്തരം മുട്ടുമ്പോൾ വാക്കുകൾക്ക് പകരം തോക്കുകൾ സംസാരിക്കുന്നതും ചിന്തകൾ അവസാനിക്കുന്നിടത്ത് ചിതകൾ വളരുന്നതും കവി കാട്ടുന്നു. ആത്മാവ് എന്ന കവിത എല്ലായിടത്തും നിറഞ്ഞുനിൽക്കുന്ന ചൈതന്യത്തെ വ്യക്തമാക്കുന്നതാണ്

"സ്വർഗത്തിലും നരകത്തിലും സ്ഥലമില്ലാത്തതിനാൽ

ഞാനീ ഭൂമിയിൽ വീണ്ടുമുണ്ടാകും

ഒരാത്മാവായി". എന്ന് കവിതയിൽ ആത്മസത്ത ഭൂമി വിട്ടു പോകാത്തതിന്റെ കാരണത്തെ കുറിച്ച് പറയുന്നു. പ്രപഞ്ചമാകെ ഈശ്വര ചൈതന്യം നിറഞ്ഞുനിൽക്കുന്നുവെന്ന വിശ്വാസത്തെ വ്യക്തമാക്കുന്ന പാൻതീയിസം (Pantheism) എന്ന സിദ്ധാന്തത്തിലെ ആശയത്തെ ഈ കവിത സാധൂകരിക്കുന്നു. അസ്തിത്വത്തിന്റെ പരമാവസ്ഥയായി ഈശ്വരീയതയെ കാണുകയാണ് പാൻതീയിസ്റ്റുകൾ. ഈ പദം ആദ്യമായി ഉപയോഗിച്ച ജോൺ ടോളൻഡ് (John Toland) എല്ലായിടത്തും അലിഞ്ഞുചേർന്ന ഒന്നിനെയാണ് ഈശ്വരൻ എന്നു വ്യക്തമാക്കി. ഭൂമിയിൽ സകലതിലും ദൈവികതയുണ്ടെന്നു പറയുന്ന പാൻ തീയിസത്തിലെ പാഠം പോലെ ഹൃദയത്തിനുള്ളിലെ വിശ്വാസമാണ് ഈശ്വരനെന്നും ശ്വാസത്തിനുള്ളിൽ അവൻ മറഞ്ഞിരിക്കുന്നുവെന്നും "ഈശ്വരൻ" എന്ന കവിതയിൽ പറയുന്നു.

മറന്നുപോയ ലോകത്തിൽ അവസാനിക്കാത്ത യാത്രയായി ഭ്രാന്തിനെയും ഒട്ടും ശ്രമിച്ചിട്ട് നടക്കാത്തതുകൊണ്ടാണ് ആശ്രമത്തിലെത്തിയതെന്നും വെട്ടി നീക്കിയാലും നരച്ചാലും മരിച്ചാലും തളിരിടുന്ന ഓർമ്മകൾ പോലെ പതിയെ വളരുന്നവയാണ് നഖങ്ങളെന്നും പറഞ്ഞു പോവുകയാണ് കവി. ഒതുക്കിക്കെട്ടിവെച്ചിരിക്കുന്ന കതിർകറ്റപോലെ ഓരോ കാവ്യ നെൽമണിയും മികവുറ്റതാണ്. നിരന്തരമായ ആത്മ സഞ്ചാരത്തിലൂടെ മാത്രം സാന്നിധ്യമേകുന്ന ഭാവബിന്ദുക്കളാണ് ഈ കാവ്യസമാഹാരത്തിലുള്ളത്.

## 1 മരുഭൂമി

ശൂന്യത നിറഞ്ഞ
മണലിന്റെ കടൽ.
അവസാനമില്ലാത്ത
മണൽപ്പരപ്പുകൾ.
അവസാനമില്ലാത്ത
ആശകളും.
നിരാശയുടെ
മരുഭൂമിയിൽപോലും
പ്രതീക്ഷയുടെ
വിത്തുകൾ
മുളയ്ക്കുന്നു!

## 2 കീശ

ആശ
കൂടിയപ്പോൾ
കാശ് തീർന്നു.
കീശ കീറി!

## 3 തണ്ടൻ

തണ്ടനെ
കണ്ടാൽ
മുണ്ടനാണേലും
വണ്ടനാണ്!

## 4 ഒച്ച

ജനിച്ചപ്പോൾ
ഉയർന്ന ഒച്ച
ജീവിതത്തിന്റെ
തുടക്കം.
മരണവേദനയിൽ
ഉയർന്ന ഒച്ച
ജീവിതത്തിന്റെ
അവസാനവും.
ഒച്ചയും മൗനവും
ഒരു നാണയത്തിന്റെ
രണ്ട് വശം.

## 5 കോൾ

ഒന്ന്
തലചായ്ച്ചാൽ,
കവിതകൾക്കപ്പുറം
മനുഷ്യൻ
മനുഷ്യനാകുന്ന
സ്ഥലം!

## 6 ഓണം

കാണം വിറ്റ് തീർന്നു.
ഇനി
കിടന്ന ചേണം വിൽക്കണം!

## 7 വഴി

വഴിയെ
എന്തിന് പഴി
പറയുന്നു!
മൊഴി ചതിച്ചു!

## ൮ 'അർത്ഥം'

വ്യർത്ഥമാം ഈ ജീവിതത്തിൽ
'അർത്ഥം'
കിട്ടുവാനാർത്തികാട്ടും മർത്യൻ.
അർത്ഥമില്ലാതായാൽ
ജീവിതവ്യർത്ഥത്തിന്റെ
അർത്ഥം തേടും!

## ൯ ജാതി

പറമ്പിൽ
മരമായി
വളരേണ്ട
ജാതി,
മനസ്സിൽ
വരമായി
വളരുന്നു!

## 10 മനുഷ്യൻ

പിഴവുകളാൽ നിറഞ്ഞും
കഴിവുകളാൽ ഉറഞ്ഞുമുള്ള
മനുഷ്യന്
കരുണ ഒഴിഞ്ഞാൽ
കല്ലാകും.
സ്നേഹം നിറഞ്ഞാൽ
കനകമാകും!

## 11 തേങ്ങാ

എന്തൂട്ട്
തേങ്ങ്യ
ചില മനുഷ്യരെപ്പോലെ
പുറം കടുപ്പം
അകം മധുരം!

## 12 വള്ളംകളി

വള്ളംകളിക്കൊന്ന്
വള്ളത്തിൽ പോയി.
വള്ളം പൊളിഞ്ഞ്
വെള്ളത്തിൽ വീണു.
പള്ളയിൽ നിറയെ
വെള്ളവും കേറി!

## 13 ഉപ്പേരി

പഴംതൊലി കീറി
കടലാഴം എണ്ണയിൽമുങ്ങി
മഞ്ഞവട്ടം
പൊങ്ങിവരും
മങ്ങാത്ത
ഓർമയ്ക്കായി!

## 14 ഓണം

ഇതാ ഇന്നുമുതൽ,
കറങ്ങുന്ന ഭൂമിയിൽ
കിറുങ്ങിക്കറങ്ങുന്ന
കുറെ മനുഷ്യർ!

## 15 അമ്മ

വേദനയോടു
പൊരുതി
ജീവൻ ദാനം
ചെയ്തവൾ.
മഹത്തായ ദാനം!

## 16 പാതാളം

വെറുതെയല്ല
മരിച്ചവരൊക്കെ
പാതാളത്തിലേക്ക്
പോകുന്നത്.
മാവേലി
അവിടെയാണത്രെ.
എല്ലാവരുമൊന്ന്
പോലെ.
കള്ളമില്ല,
ചതിയില്ല.
മിണ്ടാട്ടാവുമില്ല
'പൊന്നു'പോലെ '!

## 17 പൂരാടം

ആരാടാ
അതിരാവിലെ?
പൂരാടമാണെ.
എന്നാൽ
പോരെടാ!

## 18 വിശാഖം

വൃത്തത്തിനുള്ളിൽ
ഞെട്ടറ്റ്പോയ
വിഷാദപ്പൂക്കൾ!

## 19 ഹൃദയം

മൗനത്തിന്റെ
താളം
ലബ്-ഡപ്.
അത് കേൾക്കുമ്പോൾ
'ലബ്' ൽ
വേദനകൾ വിഴുങ്ങുന്നു.
'ഡപ്' ൽ
സ്വപ്നങ്ങളെ തഴുകുന്നു.
തളരളാത്തൊരു
മന്ത്രം പോലെ
ഹൃദയം!

## 20 ബീഡി

പട്ടടപ്പുകയിൽ
ഒരാത്മാവ്
ഉറങ്ങുന്നു.
ബീഡിപ്പുകയിൽ
ഒരാത്മാവ്
ഉണരുന്നു.

## 21 പുഷ്പചക്രം

മൃതിയടഞ്ഞ പൂക്കൾ
മൃതിയടഞ്ഞവനോടൊപ്പം,
സ്മൃതിക്കായി!

## 22 മുറം

കാലത്തിന്റെ
കരങ്ങളിൽ
ജീവിതമെന്ന മുറം!
അതിന്റെ ചലനത്തിൽ
അനുഭവങ്ങളുടെ
കാറ്റേറ്റ്
നമ്മൾ വേർതിരിയുന്നു!

## 23 അരിപ്പ

പ്രണയമെന്ന
അരിപ്പയിൽ
കാമം
അരിച്ച്
വീഴുന്നു!

## 24 ഈശ്വരൻ

ഹൃദയത്തിനുള്ളിൽവിരിയുന്ന വിശ്വാസം.
ശ്വാസത്തിനുള്ളിൽ
മറഞ്ഞിരിക്കുന്നവൻ.
ശ്വാസം നിന്നാൽ
ഈശ്വരൻ മരിക്കുന്നു.

## 25 ഉമ്മറത്തിണ്ണ

പൂക്കളുടെ മണമേറി
വരുന്ന കാറ്റിന്,
ഉമ്മറത്തിണ്ണയിലെത്തുമ്പോൾ
വേദനകൾ തലോടിമാറ്റുന്ന
കുഴമ്പിന്റ മണം.
തിണ്ണയിൽ
ക്ലാവ് പിടിച്ചൊരു
കോളാമ്പി
വറ്റി വരണ്ട്
മുത്തശ്ശി കഥകളുടെ
ഓർമകളുമായി..

## 26 ചാരുകസേര

കാല് രണ്ടും
വെക്കാൻ
കൈരണ്ടും
നീട്ടിത്തരുന്ന
കസേര.
പാദങ്ങൾ
തളർന്നാലും
സ്വപ്നങ്ങൾ
തടയാത്ത കസേര!

## 27 നരകം

സ്വർഗത്തിലെത്തി
താഴേക്ക് നോക്കുമ്പോൾ
തല ചുറ്റും.
അതുകൊണ്ടെനിക്ക്
ഭൂമിയെന്ന നരകം മതി.

## 28 തൂശനില

തൂശനിലയും
പതുങ്ങി നിന്നു.
ഇളംകാറ്റ് വന്ന്
മുട്ടിവിളിച്ചു.
ഒറ്റവെട്ട്!
ഓണത്തിന്റെ
കരുത്ത്.

## 29 ചെമ്പരത്തി

ചെവിയിലിരിക്കുന്ന
ചെമ്പരത്തിക്കുമൊരു
മോഹം,
ചോതിയിലെ
പൂക്കളത്തിലെത്തി
നോക്കാൻ!

## 30 ആൾമാറാട്ടം

മുഖംമൂടിയണിഞ്ഞ്
ചിരിച്ചുകൊണ്ട്
ദൈവത്തെക്കാൾ
വിശുദ്ധനെന്ന് നടിച്ച്,
ജനനം
യാത്രതുടങ്ങി.
ഒടുവിൽ
യാത്ര
തീരാറായപ്പോൾ
മുഖമൂടിയഴിഞ്ഞുവീണു,
മുഖം
ദുഃഖം,
മരണം!

## 31 ചതി

കുറുക്കനെ
ചതിച്ചത്
മഴമുകിൽ!

## 32 അരികം

മാവേലി
വേലിക്കരുകിൽ.
കോലായിലെത്താനിനി
പത്ത് നാൾ!

## 33 ഓണം

ഓണമെന്ന്
കേട്ടാൽ
കാണം വിൽക്കും.
കാണം വിറ്റ്
പണം വാങ്ങും.
ഓണം കഴിഞ്ഞാൽ
ചേണത്തിൽ നിന്നും
ചണത്തിലേക്ക്!

## 34 കിണർ

കാലം മാറിയാലും
കലം നിറച്ചൊഴിക്കാൻ.
അമ്മയുടെ ചിരിയും
അപ്പന്റെ വിളിയും
കിണറിന്നരുകിൽ
ഇന്നും മുഴങ്ങുന്നു,
ഒപ്പം
കപ്പിയുടെ കരച്ചിലും
തൊട്ടിയുടെ തുള്ളലും!

## 35 അച്ചുതണ്ട്

ഭ്രമണത്തിനൊരു
നിശബ്ദ കരുത്ത്.
നിലയ്ക്കാത്ത
യാത്രയ്ക്ക്
താങ്ങായ തണ്ട്.
പുലരി മുതൽ സന്ധ്യവരെ
ജീവിതം പിടിച്ചു നിർത്തുന്ന
അദൃശ്യ തണ്ട്.
അച്ചുതണ്ടിനോട്
'തണ്ട്' വേണ്ട,
നട്ടെല്ലിനോടും!

## 36 ആന

വലിപ്പത്തിന്റെ
അഹങ്കാരമല്ല.
ആന,
ജീവന്റെ മഹത്വം
ഓർമപ്പെടുത്തുന്നു!

## 37 ക്രിക്കറ്റ്

ധീരനായി
ബാറ്റ് പിടിച്ചു.
സിക്സടിക്കുമെന്ന്
സ്വപ്നം കണ്ടു.
പന്ത് വന്നപ്പോൾ
സ്റ്റമ്പ് പൊളിഞ്ഞു.
പൂജ്യം റണ്ണിന്
പുറത്തായപ്പോൾ
പൂജിക്കാൻ
'താറാവെ'ത്തി!

## 38 നായ

കൂട്ടുകാരൻ,
കാവൽക്കാരൻ.
പേ പിടിച്ചാൽ
വാല് കുലുക്കി
കാവൽക്കാരന്റെയും
കാല്
കടിച്ച് പൊളിക്കും!

## 39 പുക

ഉണർന്ന തീയുടെ
വിളിയിൽനിന്നും
മൗനമായി ഉണരുന്നു.
മാഞ്ഞ് പോകുന്ന
വേദനപോലെ
അപ്രത്യക്ഷമാകുന്നു!

## 40 വല്ലാത്തൊരു പിൻസീറ്റ്

ക്ളാസിലെ
പിൻസീറ്റിൽ
ഇരിക്കുന്നവരെ
പരിഹാസത്തോടെ
നോക്കിയവൻ
കാറിലെ പിൻസീറ്റിലെ
ഇരിക്കൂ!

## 41 മുഖക്കുരു

കൗമാരത്തിൽ
ചെറിയവട്ടകണ്ണാടിയിൽ
വട്ടമിട്ട് നോക്കിയപ്പോൾ
കവിളിലൊരു ചെറുകുന്ന്.
ഞെക്കി ഞെക്കി പൊട്ടിച്ച
കുന്നിനുള്ളിൽ നിന്നും
യൗവനം പുറത്തുചാടി.
മോഹവും!

## 42 അമ്മി

അമ്മ
മമ്മിയായപ്പോൾ
അമ്മയും
അമ്മിയും
പിണങ്ങി.
തമ്മിൽത്തമ്മിൽ
കാണില്ല.
മമ്മിക്കിപ്പോൾ
മാക്സിയും
മിക്സിയും മതി.
അമ്മി
'മമ്മി'യായി!

## 43 അസ്ഥി

അസ്ഥി
പൂത്ത പ്രണയം!
ബാക്കിയായപ്പോൾ,
നിറം മങ്ങി
പൂപ്പലായത്
അസ്ഥിയിൽ!

## 44 ഷർട്ട്

ഓർമ്മകൾ മൂടിയ
ഒരു തുണിക്കഷ്ണം.
മിനുസം തീർന്നുപോയോ?
പഴുത് മാറിയിട്ട
കുടുക്ക് വീണപ്പോഴും
നീ മൗനമായി നിന്നു.
ഒളിഞ്ഞിരിക്കുന്ന
വിശപ്പിന്റെ
മറഞ്ഞിരിക്കുന്ന
വയറിനെ
മറയ്ക്കുകയായിരുന്നല്ലോ
നിന്റെ ചുമതല!

## 45 പത്രം

പത്രമൊരു
മിത്രം.
സത്യമായ
വാർത്ത
'ഇന്നത്തെ
മരണം ' മാത്രം.
എനിക്കതന്യം!

## 46 വാർദ്ധക്യം

ഒന്നിനും
വലിയ പിടിയില്ല,
പിടിപാടില്ല.
'പിടി'യിനി
വടിയിൽ മാത്രം!

## 47 രുചി

രുചിയുള്ളത്
കഴിക്കാനും
അഭിരുചിയുള്ളത്
ജീവിക്കാനും
ഉതകും!

## 48 ആഴം

പുഴയുടെ
ആഴങ്ങളിൽ
തുഴയും
പുഴയും
തമ്മിൽ
ആഴത്തിലൊരു
പ്രണയം.
വഞ്ചി
സാക്ഷി!

## 49 ചർച്ച

ചർച്ച
ചേർച്ചയില്ലേലും
ചർച്ചയിൽ
ചോർച്ച പാടില്ല!
തീർച്ചയല്ലേ?

## 50 കൊതുക്

പാട്ടുപാടുന്ന
കൊതുകിന്
'കൈയ്യടി',
മരണം!

## 51 നായ

തെരുവിൽ
വായ തുറന്ന്
നായകൾ!
വാതായനമടച്ച്
ആളുകൾ!

## 52 കള്ളി

ഞാൻ
വെറുമൊരു
ചതുരം.
എന്നിട്ടും
ഞാനൊരു
'കള്ളി '!

## 53 വ്യാധി

കൊതിതീരും വരെ
നിധി തേടി നടന്നു.
വിധിച്ചതോ
വ്യാധി!

## 54 സ്വർണം

സ്വർണത്തിന്
വിലകൂടി.
കഴുത്തിന് ചുറ്റും
ചൊറിച്ചിൽ
കൈത്തണ്ടിലും

## 55 ശ്രമം

എത്ര
ശ്രമിച്ചിട്ടും
നടന്നില്ല.
അതുകൊണ്ടാണ്
ആശ്രമത്തിലെത്തിയത്!

## 56 ഭ്രാന്ത്

മറന്നുപോയ
ലോകത്തിൽ
അവസാനമില്ലാത്ത
യാത്ര!

## 57 അറിവ്

'മുറിവു'ള്ള
അറിവുകൾ
നല്ലൊരു
വിത്താണ്.
മരമായി
വളർന്ന്
ജീവിതത്തിന്
പത്ത്
ഗുണം ചെയ്യും!

## 58 ബാല്യം

ആറ്റ്കടവിൽ
വാസനസോപ്പിന്റ
മണം.
പൊട്ടുന്ന
പൊട്ടാസ്സിൽനിന്നും
ഇത്തിരി പുക.
ചൂരൽ
ഉയർന്ന്
താഴുന്നു!

## 59 വിവാദം

വാദങ്ങൾ
വിവാദമായി
തീരുമ്പോൾ,
വാക്കുകൾ
വാളായി
തീരുമ്പോൾ,
മനസ്സുകൾ
മതിലായി
മാറുന്നു.

## 60 കരകര്

നിശ്ശബ്ദമാകേണ്ട
മുറിയിൽ
വിജാഗിരി
തേഞ്ഞതിന്
കതകെന്ത്
പിഴച്ചു?

## 61 ഒച്ച

പിച്ചപ്പാത്രത്തിൽ
വീഴുന്ന
നാണയത്തുട്ടിന്റെ
ഒച്ചയാണ്
അന്ധനാശ്വാസം!

## 62 ഓട്

ഓടല്ലേ
ഓടല്ലേ
ഓടിട്ടൊരു
വീടല്ലേ
ഓടല്ലേ
ഓടല്ലേ
ഓടയിൽ
തെന്നി
വീഴല്ലേ!!

## 63 താളം

താളത്തിലൊരു
കവിതചൊല്ലി.
കൈനിറയ
വളയിട്ടപെണ്ണ്
കിലുങ്ങി ചിരിച്ചു.
താളമിട്ട കാലിലെ
തളയും
കുലുങ്ങിയാടി!

## 64 ചിങ്ങം

ചിങ്ങം
വിങ്ങലില്ലാതാവട്ടെ,
മോങ്ങലും!

## 65 സാക്ഷിയും സാക്ഷയും

സാക്ഷിയായിട്ടും
ഒന്നും
കാണാത്തമട്ടിൽ
സാക്ഷയിട്ടു!
ഒടുവിൽ
സാക്ഷിയെ
ലോകം മറന്നു!

## 66 വേര്

മരത്തിന്റെ ചില്ലകൾ
നക്ഷത്രങ്ങളുമായി
കഥ പറയുമ്പോൾ
വേരുകൾ മരത്തിനെ
താങ്ങി നിർത്തുന്നു.
ഒരിക്കലും കാണാത്തവരല്ലേ
ജീവിതത്തിന്റെ
ആത്മശക്തി!

## 67 പ്രതിഭ

പ്രതിഭയായിരുന്നു.
അതുകൊണ്ടിപ്പോൾ
പ്രതിമയായി!

## 68 'പിരി'

ചിലർക്ക്
പിരിപോയാൽ
ചിരിവരും.
ചിലർക്ക്
ചിരിപോയാൽ
പിരിയിളകും!

## 69 കുറുംകവിത

കുറുകിയ
വരികളിൽ
മുറുകുന്ന
ചിന്തകൾ.
കുരുങ്ങുന്ന
മനസ്സുകൾ!

## 70 കാന്താരി

ചന്തം
തുളുമ്പുന്ന
കാന്താരി
എന്തിനേറെ?
ചന്തു
ഒരിക്കൽ
ഒന്നേ കടിച്ചുള്ളൂ!

## 71 പപ്പടം

പപ്പടം വിറ്റ്
പാർപ്പിടം
പണിതു.
പാർപ്പാൻ
ആളില്ല!

## 72 സ്വാതന്ത്ര്യം

മനംമുഴുവൻ
സ്വാതന്ത്ര്യം.
മാനംമുട്ടെ
നാണംകെട്ട
പാരതന്ത്ര്യം!

## 73 വോട്ട്

വേട്ടയാടി
വോട്ട് പിടിച്ചാൽ
ഓട്ട വീണ
കീശപോൽ!

## 74 മനുഷ്യൻ

'വലുപ്പം '
കൂടുംതോറും
ചെറുപ്പമാകാൻ
കൊതിക്കുന്നൊരു
ജീവി!

## 75 വിരലുകൾ

വിരലുകളിലെ
നഖംവെട്ടി
വൃത്തിയായി
വെക്കുക.
കണ്ണീർ
തുടയ്ക്കേണ്ടതാണ്!

## 76 വിഡ്ഢിദിനം

നിഷ്കളങ്കർ
പറ്റിക്കപ്പെടുന്ന
മറ്റൊരു ദിനം!

## 77 ഇഷ്ടം

കഷ്ടപ്പെട്ടൊന്ന്
ഇഷ്ടപെട്ടാൽ
പിന്നെ,
തീരാനഷ്ടം!

## 78 മഴ

വൃത്തിയുള്ള മഴ
വൃത്തികെട്ട നമ്മളെ
'ഒരിടി'യും
തന്ന്
വൃത്തിയാക്കി!

## 79 കെട്ട്പാട്

ചുറ്റുപാട് നോക്കി
കെട്ടി.
പിന്നെ
ചുറ്റുപാടും നോക്കി
കെട്ടി.
കെട്ടിട്ടപാട്
കഴുത്തിൽ!

## ൪0 എല്ല്

എല്ലാർക്കും
കിട്ടിയില്ല!

## ൪1 കുഴി

കുഴിയിൽ
വീഴാതെ
വഴിമാറിപ്പോയവനെയും
പഴിയൊന്നുമില്ലാതെ
കുഴിയിലിറക്കി!

## ൪2 ജാതി

ചിന്തയിലെ
ജാതിക്ക്
വിലകയറി.
ചന്തയിലെ
'ജാതി'ക്ക്
വിലയിറങ്ങി!

## 83 മന്തി

ഇന്ന്
മന്തിയില്ലമ്മേ?
ഇന്ന്
ചമ്മന്തിയാണ്
മോനെ!

## 84 പുഷ്പചക്രം

വന്നപ്പോൾ
ഒരു പുഷ്പംപോലും
കിട്ടിയില്ല.
പോകുമ്പോൾ
കഞ്ഞികുടിക്കാത്ത
ആളാണെങ്കിലും
പഞ്ഞിയും
പുഷ്പചക്രവും!

## 85 ഒറ്റപ്പെടൽ

പെറ്റുകൂട്ടിയിട്ടും
വാർദ്ധക്യത്തിൽ
ഒറ്റപ്പെടൽ!

## ൮൬ കറ

‘കറ’യില്ലാതെ
ജീവിച്ചാൽ
മറയില്ലാതെ
വളരാം!

## ൮൭ മുട്ട്

ഒന്ന്
മുട്ടി നോക്കി
മുട്ട് പൊട്ടി.
ബുദ്ധിമുട്ടായി!

## ൮൮ കട്ടിൽ

രാത്രി
മുഴുവനും
താങ്ങി
ഒന്നും മിണ്ടാതെ
സ്നേഹമായ്
പുലരിവരെ!
അവസാന
യാത്രയിലും.

## 89 പുഴുക്കൾ

കഴുക്കോൽ
നിറയെ
പുഴുക്കൾ!
വീടിനും
പ്രായമായി!

## 90 കടംകഥ

കടം
കഥയായ്
പറഞ്ഞാൽ
കുടം നിറയെ
കടംകയറും,
കുടി കൂടും,
'കുടി'യും ഇറങ്ങും
പിന്നെ
"കയർ' തന്നെ
ശരണം!

## 91 കുടൽ

കടൽ ക്ഷോഭിച്ചാൽ
മുക്കുവന്റെ
കുടൽ കരിയും!

## 92 വൃത്തം

വൃത്തത്തിലിരുന്ന്
ഞാനൊരു
കവിതയെഴുതി.
വൃത്തവുംമില്ല
വൃത്തിയുമില്ല!
എങ്കിലും
മനസ്സിലിരുന്നത്
നൃത്തം ചെയ്തു!

## 93 ലഹരി

പുലരിയിലേ
ലഹരി
ഹരിയാവട്ടെ
ലഹള
ഒഴിവാകട്ടെ!

## 94 ഉപ്പ്

കടൽ
കരളിലേറി.
അതാണ്
കണ്ണീരിനും
ഉപ്പുരസം!

## 95 കടലും കരയും

കടലും
എന്നും
കരയും!

## 96 വര

ഒരു വര
ഒറ്റവര
ജീവിതം
മാറി മറിഞ്ഞു.
തലവര!

## 97 അംഗീകാരം

ആരോ അവനോട്
പറഞ്ഞു,
മരിച്ചതിന് ശേഷമെങ്കിലും
നിന്നെ ആരെങ്കിലും
അംഗീകരിക്കും.
അന്ന്തന്നെ
അവൻ ആത്മഹത്യ
ചെയ്തു.

## 98 മംഗ്ലീഷ്

ഇംഗ്ലീഷ്
എഴുതി
പഠിച്ചവൻ
മംഗ്ലീഷ്
കുത്തിയെഴുതുന്നു.
'നാട്ടിലുണ്ടോ'
എന്നെഴുതിയപ്പോൾ
'നട്ടെല്ലുണ്ടോ' എന്നായി!

## 99 കൂടെ

കൂടെവന്നവന്
വീടറിയില്ല,
കാടും!.
വാടി തുടങ്ങി!

## 100 നാക്ക്

നാക്കിട്ടലച്ചപ്പോൾ
ഒന്ന് നോക്കിപ്പോയി.
മൂക്കിനൊരു
ഇടി കിട്ടി!

## 101 വണ്ട്

ചെണ്ട്മല്ലിയിൽ
രണ്ട് വണ്ടുകൾ.
പൂവ്
മിണ്ടാണ്ടിരുന്നു!

## 102 സ്റ്റാറ്റസ്

പത്രാസ് കാട്ടി,
സ്റ്റാറ്റസ്സായി
വിമാനമിറങ്ങിയപ്പോൾ
കസ്റ്റംസ്
പിടിച്ചു!

## 103 പര്യായം

പരിയാരത്തൊരു
ചേട്ടൻ
കാര്യാലയത്തിൽചെന്ന്
പര്യായം ചോദിച്ചപ്പോൾ
'മര്യാദകെട്ടവനെ'
ഇറങ്ങിപ്പോന്ന്
പറഞ്ഞത്രേ!

## 104 ദൈവം

കരയുന്നൊരാളെ
ചിരിപ്പിച്ചാൽ
നിങ്ങൾക്കും
ദൈവമാകാം!

## 105 മറുമൊഴി

കുറുമൊഴിമുല്ലപ്പൂ
കൊടുത്തപ്പോൾ
അവളൊരു
പഴമൊഴി
മറുമൊഴിയായി
പറഞ്ഞു.
'മിന്നുന്നതെല്ലാം
പൊന്നല്ല'!

## 106 ശ്രേഷ്ഠം

ഇഷ്ടമുള്ളത്
കഷ്ടപ്പെട്ട് നേടിയാൽ
ശിഷ്ടജീവിതം
ശ്രേഷ്ഠം!

## 107 സ്വാതന്ത്ര്യം

സ്വാതന്ത്ര്യം
കാഞ്ചനക്കൂട്ടിലെ
തത്തയ്ക്ക്
മാത്രമല്ല വേണ്ടൂ,
ചില്ല് ഭരണിയിലെ
മീനും ആവാം!

## 108 പോക്കറ്റ്

കാലിയായൊരു
പോക്കറ്റിൽ
കൈകടത്തിയൊരു കള്ളൻ.
വേലി ചാടിയെത്തിയ
പോലീസ്
കയ്യോടെ കള്ളന്റെ
കൈപിടിച്ച്
കൈയാമം വെച്ചു.

## 109 മദ്യം

സദ്യപോലെ
മദ്യം കഴിച്ചാൽ
വിദ്യ മറക്കും
കരൾ കരളും
മകൾ കരയും!

## 110 കൊഞ്ച്

കുഞ്ചന്റെ
വഞ്ചിയിലൊരു
കൊഞ്ച്!
ആരോ ചോദിച്ചു
കുഞ്ചാ കൊഞ്ചല്ലേ?
ആരോ പറഞ്ഞു
കുഞ്ചാ കൊഞ്ചല്ലെ!

## 111 ധർമ്മം

മർമ്മമറിഞ്ഞ്
ധർമ്മം കൊടുക്കുക.
ഇല്ലേൽ
കർമ്മഫലം
കിട്ടാതെ വരും!

## 112 വനം

മനമുണ്ടെങ്കിൽ
വനമുണ്ടാവും.
കനത്തിൽ
വനമുണ്ടായാൽ
ഭൂമിക്ക്
നനവുണ്ടാവും.

## 113 അപ്പൂപ്പൻതാടി

താഴത്തിരുന്നൊരു
ആപ്പൂപ്പൻതാടിയെ
കാറ്റ് വന്നൊന്ന്
തൊട്ടുനോക്കി.
തൊട്ടാലോട്ടുന്ന
അപ്പൂപ്പൻതാടി
കാറ്റിലൊന്ന്
ഒട്ടിപ്പിടിച്ചു.
കാറ്റിലേറി
അപ്പൂപ്പൻതാടി
കാണാത്ത കാഴ്ചകൾ
കണ്ട് തുടങ്ങി.
കാറ്റൊന്ന്
മയങ്ങി,
അപ്പൂപ്പൻതാടി
താഴെയുള്ളരൊപ്പൂപ്പന്റെ
താടിയിലൊട്ടിപ്പോയി!

## 114 ദൈവം

ദൈവം
ഭൂമിയിൽ
എത്തിയപ്പോൾ
സ്വർഗത്തിലെയും
നരകത്തിലെയും
മനുഷ്യരെ കണ്ട്
കൈ കൂപ്പി!

## 115 കൂട്ട്

കൂട്ട് കൂടി
കൂട്ട് കൂടി
കൂട് കെട്ടി.
കൂട്ടിലിരുന്ന്
കൂട്ട് വെട്ടി!

## 116 കിളി

പറക്കാനൊരു കിളി.
പ്രണയിക്കാനൊരു
പൈങ്കിളി.
ചിരിക്കാനൊരു
ഇക്കിളി!

## 117 ഓട

ഒരു കടലാസോടം
കണ്ടാൽ
പുഴയാകാൻ
കൊതിക്കുന്നോരോട.
ആരോടും
പരിഭവമില്ല!

## 118 അന്തകർ

നറുമൊഴിയിൽ
ചിന്തകർ!
വാമൊഴിയിൽ
അന്തകർ!

## 119 വൃദ്ധസദനം

തന്റെ സദനം
അനാഥമായാലും
വൃദ്ധസദനം
അനാഥമാകാതെ
സൂക്ഷിക്കുന്ന
കുറെ മക്കൾ!

## 120 വായ്ക്കരി

അരി
കണ്ട്പിടിച്ച മനുഷ്യന്
പട്ടിണിമരണം.
പിണത്തിൽ
വായ്ക്കരി!

## 121 ദുഃഖം

ദുഃഖം
പകലാണെങ്കിൽ
'അസ്തമിക്കാത്ത
പകലുകൾ'.
ദുഃഖം ഇരുട്ടാണെങ്കിൽ
പുലരാത്ത
ഇരുട്ടും.
പകലിലും
ഇരുട്ടിലും
നട്ടം തിരിയുന്ന
ചില മനുഷ്യരും!

## 122 വാക്ക്

നാക്കിന്
വാക്കില്ലേൽ
തോക്കിനുപകരം
പേനയെടുക്കാം!

## 123 കാലൻ

ഓരോരോ
കാലത്തും
കുലം നോക്കാതെ
കാലനിങ്ങെത്തും!

## 124 അനക്കം

മനസ്സൊന്ന്
മിനുക്കാൻ
അനക്കമില്ലാതെ
കിടന്നു.
ആരോ
പറഞ്ഞു
കനക്കുംമുമ്പേ
എടുത്തോളാൻ!

## 125 തട്ട്

മാർ തട്ടിലുമായി
സംസാരിച്ചു.
ഒറ്റത്തട്ട്
കിട്ടി!

## 126 പണിക്കത്തി

പണിക്കന്റെ
മടിയിലെ
പണിക്കത്തി
കളഞ്ഞുപോയി.
കുടിയിലെ
'പണിക്കത്തി'
വലഞ്ഞുപോയി!

## 127 കഴുതയും മനുഷ്യനും

മനുഷ്യൻ
സ്വാതന്ത്ര്യത്തിനായി
കുരിശ് ചുമക്കുമ്പോൾ,
കഴുത
മനുഷ്യനെ സ്വതന്ത്രനാക്കാൻ
ഭാരം ചുമക്കുന്നു!

## 128 ഗുൽമോഹർ

ചുറ്റും
തീപോലെ
ചുവപ്പ്.
അതിൽ,
പൂത്തുലയുന്ന
കുറെ
ഓർമ്മകളും!

## 129 പേനാ

പേനാ പിടിച്ച്
എത്രയെഴുതിയാലും
പേ നായുടെ
ശല്യം തീരില്ല!

## 130 കടന്നൽ

ജീവിതമെന്ന
ദ്വാരത്തിൽ
കൂടു കൂട്ടുന്ന
കടന്നലാണ്
നമ്മൾ.
ശത്രു
കടന്നാൽ
കുത്തും!

## 131 നിഴൽ

സ്വന്തമെന്ന്
കരുതിയ
നിഴലും
നിശയിൽ
ചതിക്കും!

## 132 മഴ

പുറത്ത്
കർക്കകടക മഴ.
അകത്ത്
കണ്ണീർമഴ!

## 133 മണ്ണ്

ആത്മാവും
ശരീരവും
ഇല്ലാത്ത
മണ്ണ്,
ഒരിക്കലും
ചോദിക്കില്ല
നീ ആരാണെന്ന്.
പാപിയെയും
നീതിമാനെയും
ഒരുപോലെ
കരുണയോടെ
മണ്ണ്
സ്വീകരിക്കുന്നു.

## 134 വിപത്ത്

വിത്ത്
പത്തെടുത്ത്
കുത്തിയാൽ
വിപത്ത്
നേരിടാം!

## 135 മിന്ന്

പൊന്ന് മിന്നാകാം.
പക്ഷേ,
'മിന്നുന്നതെല്ലാം
പൊന്നല്ല '!

## 136 'ജാതി'

മതമേതായാലും
പറമ്പിലെ
ജാതി നന്നായാൽ
ജീവിക്കാം.
നടപ്പിൽ
'ജാതി'വില
കുതിച്ചുയരുന്നു!

## 137 കർക്കടകം

കർക്കടകമേ
തകർക്കോ...
എങ്കിലും,
മർക്കടമുഷ്ടി
എന്റെ
പാർപ്പിടത്തോടല്ല
വേണ്ടൂ!

## 138 ലയനം

ആത്മാവിന്റെ
ആഴത്തിൽ
ഒരു മഴ!
ഞാനും നീയും
വേറെയല്ല.
മനവും
മയങ്ങി!

## 139 പടക്കം

പല
മടക്കായി
പടക്കം
പൊട്ടിത്തെറിച്ചു.
ഇന്ന്
മുടക്കം!

## 140 സ്വത്ത്

മണ്ണിൽ
കെട്ടിപ്പൊക്കിയ
സ്വത്തുക്കൾ
കണ്ണിൽനിന്നും
മറയും!

## 141 കോമാളി

പരിഹാസത്തിന്
നടുവിൽ
മുഖത്ത് ചിരി.
ഹൃദയത്തിൽ വേദന.
ആത്മാവിനുള്ളിൽ
സംഗീതം!
രാത്രിയിൽ
നാവിന്തുമ്പിൽ
കണ്ണീരിന്റെ
ഉപ്പുരസം!

## 142 വി
## 'S'

വിപ്ലവ
സൂര്യന്
വി's'!

## 143 കർക്കടകം

കർക്കടകമേ,
ആകെയുള്ള
എന്റെ
കൊച്ച് പാർപ്പിടം
കളയരുതേ!

## 144 അച്ഛൻ

കണ്ടത്
കുറവായിരിക്കും.
മിണ്ടിയത് കുറവായിരിക്കും.
ജീവിതമെന്ന
പുസ്തകത്തിൽ
നിന്റെ പകുതി
പേജ് ഞാനാണിപ്പോൾ
വായിക്കുന്നത്!

## 145 വീഴ്ച

ആരാണ്
വീണത്?
ശരീരമോ?
ആത്മാവോ?
അഹമോ?

## 146 അറിവ്

അറിവ് കൂടുംതോറും
മനസ്സിന്റെ മുറിവും
കൂടും.
പക്ഷേ, അതുകൊണ്ടാണ്
ഞാൻ എന്നെത്തന്നെ
കണ്ടെത്തിയത്!

## 147 വിരഹ്

ഒരു വിത്ത്
മണ്ണിൽ വീഴുമ്പോൾ,
ഉയരാനുള്ള അതിന്റെ
ആശയങ്ങളുമായി
മറഞ്ഞിരിക്കും!

## 148 ചെത്തിയും മുല്ലയും

പകലിന്റെ കണ്ണീർപോലെ
വീഴുന്ന
മഴ നനഞ്ഞ് നിൽക്കുന്ന
ചെത്തിയും,
മുല്ലയൊരു ചിരിയായി
കാറ്റിൽ താളമിട്ട്
നിഴലിന്റെ നീളമേറുമ്പോൾ
മണം നൽകി

## 149 നാണയം

കാലങ്ങൾ മാറും,
മുഖങ്ങൾ മാറും.
പക്ഷെ, ഈ
ചെറുവട്ടം
ഓർമകളായി ഇന്നിവി

## 150 കാർമുകിൽ

ഇരുണ്ട് പിരണ്ട്
ചുരുണ്ട് കൂടി
വരണ്ടുണങ്ങിയ
പുഴയുടെ
മാറിലേക്ക്!

## 151 ഏകാന്തത

ശബ്ദങ്ങളില്ലാത്ത ഒരു ലോകം,
അത് ഭയപ്പെടേണ്ട
നിശബ്ദയല്ല,
അന്ധകാരവുമല്ല.
അതൊരു പ്രകാശം തന്നെ!
എനിക്ക് ഞാൻതന്നെ
പ്രകാശം,
വിശ്വത്തിനൊപ്പമുള്ള
പ്രകാശം!

## 152 യുദ്ധം

യുദ്ധക്കുറ്റം ചുമത്തി
ദൈവത്തെ തടങ്കിലിലാക്കി.
ഒന്നുമറിയാതെ
കൊടി പാറിക്കളിച്ചു!

## 153 ഗുരു

നിന്റെ വാക്കുകൾ
മാത്രമല്ല,
നിന്റെ മൗനവും
പാഠമായിരുന്നു.
വേദങ്ങളൊന്നും
ഞാൻ വായിച്ചിട്ടില്ല.
എങ്കിലും നിന്നിൽ
ഞാൻ കണ്ടു,
സത്യവും സഹനവും!

## 154 തുള

ഭിത്തിയിൽ
ചെറുവിരൽ
കുത്തിയപോലൊരു
തുള!
അതിലൂടെ,
പരന്ന് കിടക്കുന്ന
ഈ ഭൂമിയിലെ
ഭീതിജനകമായ
കാഴ്ച കാണാൻ
ഏതോ ഒരു വെടിയുണ്ട
തീർത്ത തുള!

## 155 നട്ടെല്ല്

നമ്മൾ നിലകൊള്ളുന്നത്
ഉയരങ്ങളിലല്ല,
താഴയുമല്ല,
നട്ടെല്ലിന്റെ നേരിൽ
മാത്രം!

## 156 കൗതുകം

കാലം സഞ്ചരിക്കുന്നില്ല!
ഭാവിയുടെ ഭയവും പേറി
ഞാനാണ് സഞ്ചരിക്കുന്നത്!
ഇതിലും വലിയ
കൗതുകമുണ്ടോ?

## 157 വെളിച്ചവും മരവും

മരം, വെളിച്ചംതേടി
വളരുന്നു.
മരം വളരുന്നതെന്തിനെന്ന്
വെളിച്ചം ചോദിക്കാറില്ല,
നിഴലിനോടും!

## 158 സുംബാ

തുമ്പപ്പൂ പോലെ
തുള്ളിക്കളിക്കാം.
സുംബാ
കഴിഞ്ഞിത്തിരി
സംഭാരം.
അമ്പമ്പൊ
എന്തൊരാകാരം!

## 159 പേര്

പേരിലെന്തൊരു
പോര്!
ഒരു പേരിനെന്തിന്
പോര്!
പേറണമൊരു പേര്.
എന്തിനീ 'പേര്' കേൾപ്പിക്കാനൊരു
പേര്.
പോരറിയാതെ
മരിച്ചാൽ പോരെ!

## 160 നിമിഷം

ഒരു നിമിഷം
മിഴിതെറ്റിയാൽ
ജീവിതം
വഴിതെറ്റാം!
ഒരു നിമിഷം
മൊഴിതെറ്റിയാൽ
മിഴികൾ നിറയാം,
ജീവിതം പിരിയാം!

## 161 ലഹരി

തണൽപോലെ വന്നു.
മിഴികൾ കറുത്തപ്പോൾ
നഖം മുതൽ നാവ് വരെ
വിഷം!
ജീവിതം കറുത്തകാടായി,
വലിയൊരു കുഴിയായി.
അതിലൊന്നേ വീണുള്ളു,
അവസാനിച്ചു!

## 162 കമ്പം

ഇമ്പമില്ലാത്ത
കുടുംബത്തിൽ
കമ്പം പലവിധം!

## 163 മതിലുകൾ

മതിലുകൾ ഉയരുന്നു...
മതങ്ങൾക്കിടയിൽ,
ഭാഷകൾക്കിടയിൽ,
മനുഷ്യരുടെ ഇടയിൽ
വീടുകൾക്കിടയിൽ!
മതിലിന്റെ അപ്പുറവും ഇപ്പുറവും
മനുഷ്യർതന്നെ!

## 164 വായന

നീ വായപൂട്ടി
പുസ്തകം വായിച്ചാൽ
പുസ്തകവും
നിന്നെ വായിക്കും.
നിനക്കറിയാത്ത
ഒരാളെ
നിന്നിൽ
കാണിച്ച് തരും!

## 165 മഴ

പുഴ ഉണർന്നു.
വഴി മയങ്ങി,
ഇനി കുഴികൾ!

## 166 നാട്

കുടി(വീട്)യ്ക്ക്
കുടിക്കടമാണേലും
'കുടിക്കട'യിൽ
കടമില്ല.
കടം വീട്ടി
കുടി കഴിഞ്ഞ്
കടം കയറിയ കുടിയിലെത്താതെ
നടവഴിയിൽ
വീഴുന്നു ചിലർ!

## 167 അങ്ങാടിക്കുരുവി

അങ്ങാടിക്കുരുവീ
അടങ്ങൂ കുരുവി
നിന്നെപ്പിടുങ്ങാൻ
ഞാനില്ല!
നിനക്ക് മടങ്ങാം
കുരുവി
അങ്ങാടിയിൽ
ഒടുങ്ങി ഞാൻ !

## 168 ആഴം

നോക്കുന്നത്
എന്നിലെ
ആഴങ്ങളിലേക്കാണെങ്കിൽ
നീ ഉൾക്കാഴ്ചയോടെ നോക്ക്.
എന്നിലേക്കെത്തുമ്പോൾ
ഒരു വെളിച്ചത്തിന്റെ
ഉറവ കാണാം ,
നിശബ്ദമായ
കടലിന്റെ ആഴങ്ങളിൽപോലും
കാണാത്ത വെളിച്ചം !

## 169 വീടോർമ്മ

വീടോർമ്മയിൽ
മഴ,
മുറികളിൽ
മഴത്തുള്ളിക്കിലുക്കം .
മുറ്റത്ത്
കളിവഞ്ചി.
വീടോർമ്മകളിൽ
വെയിൽ,
മുറികളിൽ
നിഴലുകളുടെ
നൃത്തം !

## 170 പുഴയും കുഞ്ഞും

പുഴയിൽ
കുഴഞ്ഞുപോയൊരാ
കുഞ്ഞു കൈകാലുകൾ !
അമ്മേ...
ഞാനൊരു കുഞ്ഞല്ലേ !

## 171 ഉടൽ

ആത്മാവും
അഹങ്കാരവും
നിരഹങ്കാരവും
ഒളിച്ചു കളിക്കുന്ന
ഉടൽ.
ആര് ആരെ
കണ്ടുപിടിക്കും?

## 172 കലി

കലി വന്നാലും
കലിക നുള്ളരുത്!

## 173 പുഴ

മിഴിപൊത്തി കളിക്കുന്ന
മഴവില്ലും
വഴിപൊത്തി വീഴുന്ന
മഴത്തുള്ളിയും കണ്ട്
പുഴ വഴിയേറി ഒഴുകി.

## 174 വിശപ്പ്

കശാപ്പിനിട്ടിരിക്കുന്ന
നാൽക്കാലിക്കും
വിശപ്പില്ലേ?

## 175 നയം

മയമില്ലാത്ത
നയം
നന്മയില്ലാത്ത
അധികാരം.
അന്യായം
അവർക്കലങ്കാരം!

## 176 ബിരിയാണി

പിരിയാണി
പോലെയല്ല
ബിരിയാണി!
ഭിത്തി
തുരക്കും
പിരിയാണി
കുടൽഭിത്തി
നിറയ്ക്കും
ബിരിയാണി!

## 177 കട്ടിൽ

പ്രണയത്തിന്റെ
സാക്ഷിയായി
കുഞ്ഞുങ്ങളുടെ
കളിയരങ്ങായി
വൃദ്ധരുടെ
ആശ്രയമായി
ദുഃഖത്തിന്റയും
സന്തോഷത്തിന്റെയും
കൂട്ടായ്മയായി
ജീവിത ഗാനങ്ങളുടെ
രാഗമായി
ഒരു കട്ടിൽ.
പല തട്ടിലുള്ള
കട്ടിൽ!

## 178 മരം

'മരമൊരു വരം '
തരംപോലെ
വഴിയരുകിലൊരു
മരം നട്ടാൽ
കൊടുങ്കാറ്റത്ത്
മരം വഴിയിൽ!

## 179 കറുപ്പ്

കുറുപ്പ്
കറുപ്പ് തിന്ന്
മുറുമുറുപ്പ്
തുടങ്ങി.

## 180 എമ്പുരാൻ

നിഴലുമൊഴിഞ്ഞു,
ഭ്രമവും നീങ്ങി.
തമ്പുരാനെ
എമ്പുരാൻ
ഇങ്ങെത്തി!

## 161 'മാഷ്'

ഉണ്ണിക്കവിതകളുടെ
പൊന്നുണ്ണി
കുഞ്ഞുണ്ണി!

## 162 ലഹരി

മിഴികൾ കറങ്ങും
മനം വഴികൾ മറക്കും.
ജനം വെറുക്കും.
ഹരിയും മറക്കും!

## 163 ഇടം

ഒരിടം തേടുന്നു
ഞാൻ
വാക്കുകൾക്ക്
മുന്നിൽ
മിണ്ടാതിരിക്കാൻ.
ഒരിടം തേടുന്നു ഞാൻ
പിന്നിൽനിന്ന്
പൊട്ടിച്ചിരിക്കാൻ.
ഒരിടം തേടുന്നു ഞാൻ
എന്നിലെ എന്നെ
കണ്ടെത്തി
നിശബ്ദമായിരിക്കാൻ!

## 184 തേരട്ട

നൂറുകണക്കിന്
കാലുകളേന്തി
തേര് തെളിച്ച്
വരുന്നൊരട്ട
തേരട്ട.
വിരട്ടണ്ട.
ചുരുളും!

## 185 സത്യം

മൊഴിയിൽ
നേര് നിറഞ്ഞാൽ
മിഴിയിൽ
നീര് നിറയും!

## 186 വനം

വനമുണ്ടേൽ
കനമുള്ള
മഴ കിട്ടും!
വനമില്ലേൽ
നാടിറങ്ങി
ആന കുത്തും!

## 187 കറക്കം

അവൾ
കറങ്ങി
ആകാശത്ത്.
അവൻ
കിറുങ്ങി
ഭൂമിയിൽ!

## 188 അരി

ഒരു വിത്ത്,
ഒരു പ്രതീക്ഷ,
ഒരു അന്നം,
ഒരു ജീവിതം.
പിന്നെയും
വിശപ്പ്!

## 189 കാഷ്ഠം !

ഷർട്ടിന്
മുകളിൽ
കാഷ്ഠം !
കാക്കയുടെ
ദുഷ്ട ചിന്ത .
ഇനി മുഷ്ടി
ചുരുട്ടിയിട്ട്
എന്തുകാര്യം?

## 190 കൗമാരം

കത്തിമുനയിൽ
കൗമാര ഹൃദയം !
കത്തിപ്പിടിയിൽ
കൗമാരത്തിന്റെ
പിടി!
പിടികിട്ടാത്തൊരു
കൗമാരം .

## 191 പുഴുക്ക്

വഴക്കില്ലാതെ
പുഴുക്ക്
കഴിച്ചില്ലേൽ
കിഴുക്ക്
കിട്ടുന്നൊരു
ബാല്യം!

## 192 മങ്കൊമ്പ്

മങ്കൊമ്പിലെ
ഒരു
പൂങ്കൊമ്പ്
ഒടിഞ്ഞു!

## 193 സിനിമ

തിരശീലയ്ക്ക്
പിന്നിൽ ചിലർ
മടിശീല
വീർപ്പിക്കാൻ വേണ്ടി
മാത്രം!

## 194 പുലരി

പുലരിയിലേ
ലഹരി
ഇപ്പോൾ
പലരിലും!

## 195 കടവ്

ഒടുവിൽ
കടവെത്തി.
ഇനി
പടവിലിറങ്ങി
വിടവാങ്ങാം!

## 196 മാഗി

മോഗി
മാഗി
കഴിച്ചു.
ത്യാഗി
മോഗിയെ
വിവാഹം
കഴിച്ചു!

## 197 ചിരൽ

വെയിലേൽക്കാതെ
നിശബ്ദമായി
കീഴടക്കാൻവരുന്ന
'വെള്ളക്കാർ'!

## 198 എളുപ്പ വഴി

വളപ്പിലൂടെയുള്ളൊരു
എളുപ്പ വഴിയിലുള്ള
തെങ്ങിലൂടെ
വെളുപ്പാൻ കാലത്ത്
കള്ളൻ
തളപ്പിട്ട് കയറി.
ഒരു വിളിപ്പാടകലെ
പോലീസും എത്തി.

## 199 കടുക്കൻ

കുടുക്കപൊട്ടിച്ചൊരു
മിടുക്കൻ
കടുക്കൻ വാങ്ങി,
ഉടുക്കാൻ തുണിയും.
മുടക്കാൻ വന്നവരെ
കുടുക്കി വെടക്കാക്കി!

## 200 കൂഴച്ചക്ക

കൂഴച്ചക്ക
കുഴച്ചൊരു
കുമ്പിളപ്പം
മുമ്പിൽ വന്നപ്പോ
വീമ്പ് പറയാതെ
വമ്പനൊരെണ്ണം
അകത്താക്കി.
കമ്പനം കൊണ്ടെന്റെ
വയറും പോയി!

## 201 പുക

വീട്ടിലെ
അടുപ്പിലോ
അതോ
കുട്ടിയുടെ
വായിലോ?

## 202 കമ്മൽ

ഒരു ചെറു കമ്മൽ
അവളുടെ ചെവിയിൽ
സൂര്യനെപ്പോലെ തിളങ്ങി.
ഒരു പുഞ്ചിരിയോടെ
അവളതിൽ തൊട്ടുനോക്കി.
ഒരു രാത്രിയിൽ
അവളതെടുത്ത്
സൂക്ഷിച്ചു.
ഒരു പകലിൽ ആ
കമ്മൽ മാത്രം
അവിടെയുണ്ടായി.
അവളെവിടെയോ
പോയ്മറഞ്ഞു!

## 203 തുമ്മൽ

തുമ്മൽ വന്ന് ചാടിയപ്പോൾ
ചുമ്മാതിരിക്കാനായില്ല!
മുഖംപൊത്തി ഒന്ന്
തുമ്മി.
പമ്മിപ്പമ്മിവരുന്ന
തുമ്മലിൽ,
ആരുടെയോ
നാവിൽ
ഞാനുണ്ടാവാം!

## 204 മുളക്

ചുരുണ്ടിരിക്കും
ചുവന്ന മുളകേ,
എരിവുള്ളൊരു
ചൂടൻ കഥ പറയുമോ?
കഥ തീരുമ്പോളിത്തിരി
വെള്ളവും കുടിക്കാം
പഞ്ചാരയും തിന്നാം!

## 205 മഴമേഘങ്ങളിൽ മേയുന്ന കുഞ്ഞാടുകൾ

കാറ്റിനോപ്പം
കുശലം പറഞ്ഞ്,
ആകാശ തീരങ്ങളിൽ
കിനാവിന്റെ മഴത്തുള്ളിയിൽ
മുത്തമിട്ട്,
മഴവില്ലിന്റെ പാതകളെ
തേടിയലയുന്നു!

## 206 തള്ള്

തള്ള് പറഞ്ഞ്
തുള്ളിത്തുള്ളി
നടക്കും.
കേട്ടതൊക്കെ
തള്ളിപ്പിടിച്ച്
അടിച്ച് പൊളിച്ചൊരു
തള്ള്!
അള്ള് വെച്ച വണ്ടിയും
തള്ളിത്തള്ളി പൊളിക്കും!

## 207 ദോശ

ചൂടേറിയ
ഇരുമ്പ്കല്ലിന്റെ
വരമ്പിലൂടെ
ചുറ്റിത്തിരിഞ്ഞ്
മൊരിഞ്ഞൊരു ദോശ
ആശാ വർക്കർക്കും
തിന്നാനൊരാശ.
തമാശയല്ല,
അവർക്ക്
കീശയിൽ കാശില്ല!

## 208 ഗ്രിൽ ചിക്കൻ

ആളുന്ന തീയ്ക്ക്
മുകളിൽ
തിരിയുന്ന കമ്പിയിൽ
കോർത്ത് കിടക്കുന്ന
കോഴിപ്പക്ഷി
കൊക്ക് നീട്ടി വിളിച്ച
സായാഹ്നം
ഓർത്ത് കിടക്കുന്നു!

## 209 പുലി

നാട്ടിലെത്തി
കലിവന്നൊരു
പുലി
മതിലുകൾ ചാടി
വേലികൾ ചാടി
പലവട്ടം.
ചെളിയിൽ
പുതഞ്ഞു
ഒരുവട്ടം.
കലി പോയൊരു
പുലി
'എലി' പോലെ
വലയിൽ!

## 210 കടുവ

അതാ
മുറ്റത്തൊരു
കടുവ!
കിടുവാ.
ആരോ
കാറുവാ.

## 211 യുദ്ധം

ആകാശത്തിലെ
ദൈവങ്ങൾ
സുരക്ഷിതർ.
ഭൂമിയിലെ പാവങ്ങൾ
അരക്ഷിതർ!

## 212 മുഖവും മനസ്സും

മുഖം ശാന്തം
ഗംഭീരം!
മനസ്സ്
അശാന്തം
ഭീകരം!

## 213 നുണ

സത്യത്തെ
വട്ടം ചുറ്റി
നുണയെത്തും
നിശബ്ദമായി.
നാണമില്ലാ
നുണക്കഥകൾ
പറഞ്ഞാൽ
'അണയാൻ' നേരം
ഇണ പോലും
പറന്നുപോകും!

## 214 ചുറ്റിക

ഇരുമ്പിന് മുകളിൽ
ഉയർന്ന് വീഴേണ്ട
ചുറ്റികേ
നീയെന്തിന്
നെഞ്ചിനും തലയ്ക്കും
മുകളിൽ ഉയർന്നു
വീഴുന്നു?
മനുഷ്യനും ലോകവും
ചിതറിപ്പോകുന്നു.
ആഴത്തിലിറങ്ങേണ്ട
ഒരാണി നിന്നെയും
കാത്തിരിപ്പാണ്!

## 215 സ്റ്റെന്റ്

സിനിമയിലെ
സ്റ്റണ്ട്
ജീവിതത്തിൽ
പകർത്തിയാൽ
ഹൃദയത്തിൽ
സ്റ്റെന്റ്
ഇടേണ്ടി വരും!

## 216 മാവ്

പടിഞ്ഞാറൊരു
മാവിന്മേൽ
പടഞ്ഞ്
കയറിയൊരു
പാവത്താൻ.
ഒടിഞ്ഞു വീണു
പാവത്താൻ.
ഞാഞ്ഞൂൽനിന്ന്
ചിരിച്ചല്ലോ!

## 217 പുളിയുറുമ്പ്

പടിഞ്ഞാറേ
മാവിന്മേൽ
പിടിച്ച് കേറി
പുളിയുറുമ്പ്.
അടർന്ന് വീണൊരു
ഇലയിന്മേൽ
പിടിച്ചിരുന്നു
ഉറുമ്പച്ചൻ.
താഴെ
ചിരിച്ച് നിന്നൊരു
കട്ടുറുമ്പ്.
ഉറുമ്പ് കടിച്ച്
തരിച്ച് നിന്നു
പൊന്നപ്പൻ!

## 218 ബന്ധനങ്ങളില്ലാത്ത യാത്ര

ഇരവും
പകലും
വീണ്ടും വരും.
മറവിയിൽ
മറഞ്ഞുപോയ
പാതകളിലൂടെ
ചുണ്ടിലൊരു
പുഞ്ചിരിയുമായ്
ഒറ്റയ്ക്കായാലും
ഒരു യാത്ര,
ബന്ധനങ്ങളില്ലാതെ!

## 219 വക്കീൽ

നിയമത്തിന്റെ
വെളിച്ചത്തിൽ,
നീതിയുടെ
അങ്കത്തട്ടിൽ,
നാക്ക് പടവാളാക്കി
കറുത്ത അങ്കിയിൽ
വെളുത്ത മനസ്സുമായി,
വാദഗതികൾ
വെടിയൊച്ചകളാക്കി,
ന്യായത്തിനുവേണ്ടി
പൊരുതുന്നു!

## 220 പൊന്നാട

പൊന്നാട തഴുകലിൽ
വേദിയിൽ തിളങ്ങി
നിന്നപ്പോൾ,
കണ്ണട ഊരിപ്പോയി
കാഴ്ച്ചപോയി,
വീഴ്ച്ചപറ്റി!

## 221 പട്ടി

ഏറ് കൊണ്ടാലും
കാറ് വരുന്നതുംകാത്ത്
നിൽക്കും!
ചാരിയിരുന്ന്
കാലാട്ടുന്നവന്
സ്നേഹം തീറെഴുതി
കൊടുത്തപോലെ
തറയിലിരുന്ന്
വാലാട്ടും!

## 222 എഴുത്ത്

പണ്ട്,
ഞാനെന്റെ
മസ്തകത്തിലെഴുതിയ
വരികൾ
ഞാനിന്ന്
പുസ്തകത്തിലാക്കി!

## 223 ജാതി

ജാതി ഒരു മരം.
മനുഷ്യന്
വേണ്ടത്
ഒരു ജാതിമരം!

## 224 പൊടി

പൊടിപാറിച്ച്
ഓടുന്നൊരു
വണ്ടിയിൽ
പൊടിവലിച്ചും
വെടിപറഞ്ഞും
കുട്ടികൾ!
തടി കേടാവാൻ
ഇനിയെന്ത് വേണം!
തൊടിയിലെ
മാവിൻ തടിയും
കറുത്ത
കൊടിയും വരുന്നതും
കാത്ത്!

## 225 തെരുവ്

വെളിച്ചത്തിന്റെയും
ഇരുട്ടിന്റെയും
ഇടയിൽ
ഓട്ട വീണ ഉടുപ്പുകളിൽ
കണ്ണീരും
പുഞ്ചിരിയും
പതിയുന്നു!

## 226 വീട്

താമസിക്കാനൊരു
വീട്
സ്ഥാനം നോക്കി പണിയും.
പിന്നെ,
അതിൽ
താമസിക്കാതെ
സംസ്ഥാനം വിടും!

## 227 വളർച്ച

മരം
ആകാശം നോക്കി,
ഇല
ഭൂമിയെ നോക്കിയും!

## 228 വിശപ്പ്

വിശന്ന്
വലഞ്ഞ്നിന്ന
കന്നിന്റെ
മുന്നിലേക്ക്
കത്തിയുമായി
കശാപ്പുകാരൻ,
ആരുടെയോ
വിശപ്പകറ്റാൻ!

## 229 താരം

നീലവാനിലൊരു
താരം.
കാരവാനിലുമൊരു
താരം.
ഒന്ന് വെളിച്ചം തരുന്നു.
മറ്റൊന്ന് ഇരുട്ടും!

## 230 എഴുത്തുകാരൻ

എഴുത്തുകാരൻ
പരത്തിയെഴുതും
ചുരുക്കിയെഴുതും
തക്കം പാർത്ത്
കുത്തിയിരുന്ന്
കുത്തിയെഴുതും!

## 231 പ്രണയം

പ്രണയം
മറിഞ്ഞുവീണ
ഒരു കസേരക്ക്
മുകളിൽ
ഒരു മുഴം
കയറിൽ
തൂങ്ങിയാടി!

## 232 ഇമോജി

മനുഷ്യൻ
ഇമോജി സൃഷ്ടിച്ചു.
ഇമോജി പ്രണയം
സൃഷ്ടിച്ചു!
മനുഷ്യനും
ഇമോജിയും
മൊബൈലും
ചേർന്ന്
പ്രണയം
പങ്ക് വെച്ചു,
മെസ്സേജ്
പങ്ക് വെച്ചു..!

## 233 നഖം

വെട്ടിനീക്കിയാലും
നരച്ചാലും
മരിച്ചാലും
തളിരിടുന്ന
ഓർമ്മകൾ പോലെ
പതിയെ വളരും!

## 234 കരി

കരി രണ്ടും
(കരിമരുന്നും
കരിവീരനും )
അപകടം.
മനുഷ്യൻ,
ഒന്നിൽ
കരിഞ്ഞുപോവാം
മറ്റൊന്നിൽ
അരഞ്ഞു പോവാം!

## 235 തണ്ണീരും കണ്ണീരും

തണ്ണീർ വറ്റിയ
മണ്ണിൽ
മരത്തിന്റെ
സ്വപ്നങ്ങൾ
തകരും.
കണ്ണീർ വറ്റിയ
കണ്ണിൽ
മനുഷ്യന്റെയും!

## 236 ഓ എൻ വി

ഓ ർമ്മകൾ
എൻ മനസ്സിൽനിന്നും
വി ട്ടുമാറാതെ!

## 237 താഴ്

വീറോടെ
വിരുതൻ
താക്കോൽ.
താഴ്മയോടെ
താഴ്!

## 238 പാൻ മസാല

പുര നിറയെ
തുപ്പിത്തുപ്പി
മക്കൾ!
കൂര നിറയെ
ചുമച്ച് ചുമച്ച്
അച്ഛൻ!
അരവയർ
മുറുക്കിയുടുത്ത്
അമ്മ!

## 239 അലക്ക് കല്ല്

നാറ്റമേറ്റ്,
നോവുകളേറ്റ്,
നാടും വീടും
മുഷിഞ്ഞു നാറാതെ
മുതുക് കാട്ടി
മൗനമായി
കരയുന്നു!

## 240 വയറ്

വിശപ്പിന്റെ
ശബ്ദവുമായി
അരവയർ
നിറയാതെ
നടന്ന് നടന്ന്
ചിലർ,
കുടവയറുമായി
നട കയറാനാവാതെ
ചിലർ!

## 241 പാളവും താളവും

അനന്തമായ
പാളങ്ങളിൽ
ഓടിപ്പോകുന്ന
തീവണ്ടി തീർക്കുന്ന
താളങ്ങളിൽ
സന്തോഷത്തിന്റെയും
വേദനയുടെയും
സംഗീതം!

## 242 വ്യഥയും കഥയും കവിതയും

കഥയുടെയും
കവിതയുടെയും
തീപ്പൊരി
പലപ്പോഴും
വ്യഥയുടെ
ഇരുണ്ട മേഘങ്ങളിൽനിന്നും
പെയ്യുന്ന
കനൽത്തുള്ളികളാണ്.
മിഴിനീർക്കോണിലെ
നക്ഷത്രത്തുള്ളികളും!

## 243 പത്രം

രഹസ്യ വാർത്തകൾ
പരസ്യമാക്കും!
പരസ്യരഹസ്യങ്ങൾ
രഹസ്യമാക്കുമീ
സൂത്രം നിറഞ്ഞ
പത്രമിത്രം!

## 244 ശലഭം

ഒരു പുഷ്പം
വിരിയുന്നിടത്ത്
ചിറക് വിരിച്ച്
നൃത്തം ചെയ്യും.
വെയിലും
വസന്തവും
മധുരഗാനം പാടും!

## 245 പരം പറയട്ടെ?

മതത്തിൽ
പതം വരാത്ത
മനസ്സുകളുണ്ടോ?
വധം ചെയ്യാത്ത
മതങ്ങളുണ്ടോ?

## 246 ഈച്ച

ഉച്ചിഷ്ടമേതായാലും
അതിനുമുകളിൽ
ഈച്ചകൾ!
ഒരുവട്ടം കയ്യടിച്ചാൽ
മിച്ചമില്ലാത്തോരീച്ചയും
അതിലുണ്ടാവും!

## 247 കാറ്റ്

കടലിൽ തിരമാലകളുമായി
സല്ലപിച്ച കാറ്റ്,
കളിക്കൂട്ട് കൂടാൻ
കരയിൽ
ഇലകളെ തേടുന്നു!

## 248 വിധി

മഴയെപ്പഴിച്ച്
മണ്ണാങ്കട്ടയും
കാറ്റിനെപ്പഴിച്ച്
കരിയിലയും!

## 249 പരിഭവ വദനം

പരിദേവനങ്ങൾ
നിറഞ്ഞ
പരിഭവ വദനത്തിൽ
വേർപാടിന്റെ
മിഴിനീർ തുള്ളികൾ
തൂങ്ങി നിന്നു.
ഉള്ളിലൊരു
ശൂന്യതയും
നിറഞ്ഞു വന്നു!

## 250 പൊട്ടുകൾ

മുഖക്കണ്ണാടിയിൽ
അവളുടെ
നെറ്റിയും
കാത്ത്
നിറമുള്ള
കുറെ
പൊട്ടുകൾ!

## 251 സ്വർണം

വർണം കുറഞ്ഞവരുടെ
മേനിയിൽ
ആഭരണമായി
തോരണംപോലെ
വർണിക്കാനാവാത്ത
വർണത്തോടെ
സ്വർണം!
പണയം വെച്ചാൽ
കണ്ണീർ കോരണം!

## 252 ചെരുപ്പ്

പൊടിപാറും വഴിയിലും
'തടി' യും താങ്ങി
മടി കൂടാതെ,
ജീവിതത്തിന്റെ
പൊരുളറിയാതെ
ഓരോ ചുവടുവെപ്പിലും!

## 253 മരണം

ഒരു
കിനാവിന്റെ അപ്പുറം
ജ്വലിക്കും സൂര്യനെക്കാണാൻ
മിന്നും നക്ഷത്രത്തെക്കാണാൻ
ഒരു കവാടം!

## 254 അട്ട

പറമ്പിൽ,
തൊട്ടാൽ
ചുരുളുന്ന
കറുമ്പനൊരട്ട!
മഴയത്ത്
ഇറമ്പിലൂടെ
ഇഴഞ്ഞിഴഞ്ഞ്
ആട്ടമറിയാതെ
അട്ട വീട്ടിലേക്ക്!

## 255 ഭ്രാന്തൻ

തലയും
താടിയുമൊരു
'വനം'!
ഇളകുന്നൊരു
മനം.
കനമുള്ളൊരു
മുഖം!

## 256 ഗാന്ധി

വട്ടക്കണ്ണട
വട്ടമേശ
സത്യം
അഹിംസ
ഇവയിലൂടെ
തുളഞ്ഞു കയറിയ
ഒരു വെടിയുണ്ട
ഇന്നും കരയുന്നു!

## 257 ഭക്ഷണ കോപ്പി

പറഞ്ഞു വിട്ട
സായിപ്പിനെ
കോപ്പിയടിക്കാൻ
പേക്കുത്തു
കാണിക്കുന്ന
നമ്മൾ
മാറിയില്ലേൽ
സായിപ്പ്
വയറ് മുട്ടി
ചിരിക്കും!
മലയാളി
വയറ് പൊട്ടി
ചെരിയും!

## 258 കർഷകൻ

വെയിൽച്ചൂടിൽ
വിളവെടുപ്പ്
ഉത്സവമാക്കും.
അന്തിക്ക്
അരവയർ
മുറുക്കിയുടുക്കും!

## 259 സന്ധ്യയുടെ പരിഭവം

ആകാശം നിറം
മങ്ങുന്നു.
ചെമ്മാനവും
മായുന്നു.
ഇനി ഒരു
നിഴലിനായി
എത്രനേരം?

## 260 വാഴയും മകനും

വാഴയ്ക്കും
മകനും
വളമിട്ട് വളർത്തി.
വാഴ കുലച്ചു.
മകൻ തുലച്ചു!

## 261 നാരങ്ങ മിഠായി

നാക്കിൽ
നീരിറങ്ങും
നാരങ്ങ മിഠായി.
വാക്കിൽ
മധുരമൂറും
നാരങ്ങ മിഠായി!
നോക്കിലൊരു
ബാല്യം!

## 262 മത്സരം

ജനം കാട് കേറി
കൊള്ള തുടരുന്നു.
ജന്തു നാട് കേറി
കൊല്ലൽ തുടരുന്നു.

## 263 ചട്ടി

വട്ടിയിലെ ചട്ടി
ചിട്ടികൂടി വാങ്ങി.
ഒന്ന്
കൊട്ടി നോക്കി
പൊട്ടിപ്പോയി!

## 264 മലയാളം

അന്യദേശത്തിന്
വായോളം
ഒതുങ്ങാത്ത
മലയാളം.
നമുക്കൊ,
വാനോളം
ഒരുങ്ങുന്ന
മലയാളം.
ഇടതിനും
വലതിനും
'MALAYALAM'!

## 265 കഥ

ഇതുവരെയുള്ള
കഥാ കഥനം
കദനത്തിന്റെ!
ഇനിയും
കഥ തുടരും.
വദനം
വിതുമ്പും!.

## 266 കടുക്

പൊട്ടിത്തെറിച്ചാലും
ഇഷ്ടം കൂടുന്ന
പൊന്ന് മുത്ത്!

## 267 ഭ്രാന്താലയം

നിശബ്ദം നീങ്ങുന്ന
ഭിത്തികൾ.
അതിൽ നിരന്തരമായി
തഴുകുന്ന
മിഴികൾ.
ഓർമകളിൽ മൂടൽമഞ്ഞ്
നിറയുന്നു.
ഇവിടെ
സത്യത്തിന്
ഭ്രാന്ത് പിടിക്കുന്നു.
തെളിച്ചമില്ലാത്ത
വെളിച്ചത്തിൽ
മറന്ന് പറക്കാൻ
കൊതിക്കുന്നു.

## 268 ശില്പി

ശിലയിൽ
കല തെളിഞ്ഞപ്പോൾ
ശില്പിയിൽ
കുലം തെളിഞ്ഞു!

## 269 കൊയ്ത്തുപാട്ട്

മണ്ണിന്റ മടിയിൽ
വയലിന്റെ സ്വപ്നമുണർത്തി
ഒരു വാഴ്ത്ത്പാട്ട്!
നിറഞ്ഞ പാടം
ചിറക് വീശി
മണ്ണിന്റ സൗരഭ്യം കൂട്ടും.
കർഷകന്റെ
കൈയിൽ പൊൻകതിർ നിറയും!

## 270 പിണക്കം

പിണങ്ങിയാൽ
പിരിയണം.
കയറുപോലെ
പിരിയണം!

## 271 ഗ്രീഷ്മം

ഒരു ഗ്രീഷ്മകാലത്ത്
തൂക്കുകയറിന് താഴെ
അവൾ!
വെണ്മഴക്കാലം
പ്രതീക്ഷിച്ചു
അവൻ മേഘത്തുണ്ടിലും!
മറ്റേത് ഋതുവിലും
കാണാത്ത
നിറവും മണവുമുള്ള
പകൽക്കിനാവുകൾ!

## 272 മനസ്സും വയസ്സും

വയസ്സിന്റെ ഭാരത്തെ
മനസ്സിന്റെ ചിറകുകളിൽ
പൊങ്ങിപ്പറക്കുക.
മനസ്സ് ചെറുപ്പമാവുമ്പോൾ
വയസ്സിന് അതിന്റെ
വില കുറയുന്നു.
വയസ്സന് വില
കൂടുന്നു!

## 273 ചാരവും ചൂടും

ചാരത്തിനുള്ളിൽ
ഒരു കഥയുണ്ട്.
തീയിൽ
തഴച്ചുവളർന്ന
ചൂടിന്റെ കഥ!
ജീവിതത്തിന്റെ
പടവുകളിൽ
ചാരമായതെല്ലാം
ഒരു നാൾ വീണ്ടും
പുതിയ തീയായി
തളിരിടും.
ഒപ്പം ചൂടും!

## 274 തലയോട്ടി

ശവപ്പറമ്പിലും
സ്മൃതി മണ്ഡപത്തിലുമുള്ള
തലയോട്ടികൾക്ക്
ചലനമറ്റ ആശകൾ!
അവയിൽ
യാഥാർഥ്യങ്ങളുടെ
മൂന്നു ദ്വാരങ്ങൾ!
ഓർമ്മകളുടെ
പൊഴിയാത്ത
പല്ലുകളും!

## 275 സമാധി

വ്യാധി പിടിച്ച്
കിടന്നയാൾ
സമാധിയായി!
വീട്ടുകാർക്ക്
കൊതിയായി.
നാട്ടുകാർക്ക്
ആധിയായി!

## 276 ചരടും കെട്ടും!

മിഴികൾകൊണ്ട്
കെട്ടിയൊരു ചരടിൽ
ഓർമ്മകൾ പുണർന്നൊരു
കെട്ട്!
നമ്മളെ
ബന്ധിപ്പിക്കുന്ന
ചരടിലെ ഒരു കെട്ട്!

## 277 ഭ്രാന്ത്

മനസ്സിന്റെ
വീഥിയിൽ
ഭാവനയുടെ
ഭ്രമങ്ങൾ.
ഹൃദയത്തിന്റ
രഹസ്യഭാഷ,
പരിചിതമല്ലാത്ത
ലോകത്തെ
വെളിപ്പെടുത്തുന്നു!

## 278 കല്ല്

വെയിലിലും മഴയിലും
തണുപ്പിലും കല്ലേ നീ
മനുഷ്യന്റെ കാൽപ്പാടുകൾ
കണ്ട്
നിശ്ചലമായിരിക്കുന്നു.
നിന്നെ അവഗണിച്ചുകൊണ്ട്
വളരുന്ന പുല്ല്
മഴയുടെ കഥ നിനക്ക്
പറഞ്ഞ് തരും.
ഒടുവിൽ
കല്ലും പുല്ലും
കാലം മൂടുന്ന
മണ്ണിനടിയിലാവും!

## 279 തൂൺ

കെട്ടിടം മുകളിലേക്ക്
ഉയരുന്നു!
തളരാതെ തൂണും.
വാക്കുകളില്ല,
ശബ്ദങ്ങളില്ല.
ജനിച്ചതേ
താങ്ങി നിൽക്കാൻ!

## 280 കുപ്പായം

തിടുക്കത്തിൽ
കുടുക്കി(ബട്ടൻ)ട്ട്
കുടുക്ക് മാറി
പകിട്ടു പോയൊരു
കുപ്പായം.
ഒളിഞ്ഞിരിക്കുന്ന
വിശപ്പിന്റെ
മറഞ്ഞിരിക്കുന്ന
വയറിനെ
മറച്ചിരിക്കുന്ന
കുപ്പായം!

## 281 അസ്ത്രം

ആകാശത്തുയർന്ന്
പറന്ന്
കാർമേഘങ്ങളെ കുത്തിപ്പൊട്ടിച്ച്
മഴപെയ്യിക്കുന്ന
അസ്ത്രമാവണം!

## 282 വസ്ത്രം

അസ്ത്രം എയ്ത നാൾമുതൽ
വസ്ത്രം നെയ്യാൻ
മനുഷ്യൻ ശ്രമിച്ചു.
സങ്കേതമോ
സംരക്ഷണമോ
അഹങ്കാരമോ
അതോ
ലാളിത്യമോ
വസ്ത്രം?

## 283 മഴയും പുഴയും

പുഴ,
മഴ പെയ്താൽ
പുതിയൊരു
കഥ പറയും
ആഴത്തിലുള്ള
ഒഴുക്കിന്റെ കഥ!

## 284 ഓട

ഓടയിലെ
മലിനജലത്തിന്റെ
ഒഴുക്കിനോടൊപ്പം
ഒരു കടലാസ് ഓടം
പഴയകാലത്തിന്റെ
ഓർമ്മകളുമായി
നിർവികാരമായി
ഒഴുകുന്നു.
ഒപ്പം പാട്ടുംപാടി
മഴത്തുള്ളികൾ
മുത്തുമണികൾപോലെ
ചിതറുന്നു!
മനസ്സ് കുളിരുന്നു!

## 285 ദീപം

നിശയുടെ മൂടൽമഞ്ഞിൽ
അന്ധകാരം കീറിക്കത്തുന്ന
നിന്റെ ജ്വാലയിൽ
തുള്ളിക്കളിക്കുന്ന
നിഴലുകൾ
സ്നേഹത്തിന്റെയും
പ്രത്യാശയുടെയും
കിനാവാണ്..
അതുകൊണ്ട്
ദീപമേ നീ
എപ്പോഴും
കത്തിക്കൊണ്ടിരിക്കുക!

## 286 വൃത്തം പോലെ ജീവിതം

നേരെ ഒഴുക്കില്ലാത്ത
നീരൊഴുക്കുകൾ.
ഒരു വൃത്തം ചുറ്റുമ്പോൾ
കൂട്ടിനായി സുഖദു:ഖങ്ങൾ.
അടുത്ത വൃത്തം ചുറ്റുമ്പോൾ
അതിന്റെ പിന്നിലെ കഥകളറിയാം.
ഓരോ ചുറ്റലിലും
മാറ്റത്തിനുമിടയിൽ
മനുഷ്യൻ സ്വയം
തിരയുന്നു!

## 287 മരണം

മണ്ണിലേക്ക്
മടങ്ങുന്ന വഴിയിൽ
നിശ്ചലമായ
കാറ്റിന്റെ സ്പർശം.
സത്യവും സ്വപ്നവുംകൂടി
തീർത്ത ഒരു കഥയുടെ
അവസാനം.

## 288 കടം

കടം
അപകടം.
കടം
കടക്കാൻ
കടൽ കടന്നു!
പിന്നെ,
തീരാക്കടത്തിന്റെ
നടുക്കടലിൽ!

## 289 ബക്കറ്റ്

ഇന്നും ഒരു ബക്കറ്റ്
മാത്രം മതി.
ജീവിതത്തിന്റെ
ചെറിയ അനുഭവങ്ങൾ
നിറയ്ക്കാനും
ഒഴിച്ചു കളയാനും!

## 290 സ്നേഹം

ഒരു മാങ്ങാ
പലര് കടിച്ച്
ഉമിനീർ പങ്കിട്ട
സ്നേഹം
മറവിയിൽ!

## 291 ഓടാമ്പൽ

തുരുമ്പെടുത്ത
ഓടാമ്പലിനും
പറയാനുണ്ട്
തലതിരിഞ്ഞ
വമ്പൻ
കഥകൾ,
നാല് ചുവരുകൾക്കുള്ളിലെ
കണ്ണീർക്കഥകൾ!

## 292 ജിബി ( GB)

ഫോണിൽ ജിബി
കൂടിയാൽ
കുളിർമഴയുടെ
ആശ്വാസം!
കാഴ്ചകൾ
മറുകാഴ്ചകൾ
കണ്ട്
നമുക്ക് സ്വപ്നം
തീർക്കാം!

## 293 ഇന്നത്തെ യുവത്വം

പുക വട്ടം വട്ടം
മുകളിലേക്ക്
പക വട്ടംചുറ്റി
കളിക്കുന്നു.

## 294 ഓർമ്മകൾ

ഒഴുകുന്ന
പുഴയായി
തെളിയുന്ന
നിഴലായി
നെഞ്ചിൽ!
നീരായി
മിഴികളിൽ.
തേനായി
നാവിൽ.
കെടാത്ത
വിളക്കായി,
മനസ്സിൽ!

## 295 നിറം

എത്ര പറഞ്ഞാലും
നിറംമാറാത്ത
കഥകൾ കേട്ട്
ഹൃദയം നിറഞ്ഞു.
നിറം പൂശിയ
ഭിത്തിയുടെ
നിറം മങ്ങിത്തുടങ്ങി!

## 296 പുലർമഞ്ഞ്

വഴി നിറയെ പുലർമഞ്ഞ്,
മിഴി നിറഞ്ഞ കാഴ്ച.
ഓർമ്മകളുടെ വഴിയിൽ,
ഒളിച്ചോടുന്ന കുഞ്ഞുകാറ്റിൽ
ഒരു പൂവിന്റെ സൗരഭ്യം!

## 297 വിവരം

വിവരമൊരു
വരം.
കവരുവാൻ
പറ്റാത്ത
വരം!

## 298 ചിലമ്പും ചിലങ്കയും

ചിലമ്പ്
കലമ്പിയാൽ
ഭക്തി.
ചിലങ്ക
ചിലമ്പിയാൽ
ഭാവം!

## 299 നാളെ നാളെ

നാളെയാവട്ടെ,
നാളെയാവട്ടെ
എന്ന് പറഞ്ഞവനെ
നാളത്തേക്ക്
മാറ്റിവെക്കാതെ
ഇന്ന് തന്നെയെടുത്തു!

## 300 മരം

പല കരങ്ങളാൽ
മരം നട്ടാൽ
മരം തരും
തണലും
കരം നിറയെ
കാശും!

## 301 ഈയലുകൾ

തെളിച്ചമുള്ള
വെളിച്ചം കണ്ട്
പാളിച്ച പറ്റിയ
ഈയലുകൾ!.
അവയുടെ
ചിറകിന്റെ
ചീയലുകൾ!

## 302 പറ്റ്

പറ്റാവുന്നതൊക്കെ
പറ്റിപ്പറ്റി
ജീവിതം
തെറ്റിപ്പോയി!

## 303 എഴുത്ത്

പഴുത്ത് തുടങ്ങിയ
ജീവിതത്തിലെ
കൊഴുത്ത
ചിന്തകൾ
ചിലപ്പോൾ
എഴുത്തിലേക്ക്!

## 304 വർഷം പോവതറിയാതെ

ജീവിതത്തിലെ
പന്ത്രണ്ടു മാസംകൂടി
പോയി.
അടുത്ത പന്ത്രണ്ടു
മാസം മുന്നിൽ
നിരന്നു.
ഒന്ന് കിലുക്കികുത്താം.
എത്രെണ്ണം കിട്ടുമെന്നു
നോക്കാല്ലോ.

## 305 വർഷം

കാലവർഷം
പെയ്തപ്പോൾ
മനം നിറഞ്ഞു.
കൊല്ലവർഷം
പോയപ്പോൾ
മനം മുറിഞ്ഞു!

## 306 വന്നല്ലോ ജനുവരി

ജരാനരകളില്ലാതെ
വന്നല്ലോ ജനുവരി!
ജാലകത്തിരശ്ശീല
മാറ്റി ഞാൻ
നോക്കിയപ്പോൾ
എന്നും കറങ്ങുന്ന
ഭൂമിയിൽ
ഇന്നും കിറുങ്ങി
കറങ്ങുന്ന
കുറെ ജനങ്ങളെക്കണ്ടു!

## 307 ഉറക്കം

നുറുങ്ങുകൾ
പറഞ്ഞ് പറഞ്ഞ്
കിറുങ്ങിക്കിറുങ്ങി
ഉറങ്ങിപ്പോയി!

## 308 കള്ളൻ

ചുറ്റുവട്ടത്തൊന്ന്
വട്ടംചുറ്റി
വെട്ടം മായുന്നതും
കാത്ത്!

## 309 നവ വർഷം

തൂക്കിയിട്ട കലണ്ടർ
തൂക്കിയെടുത്ത്
ചവറ്റുകൊട്ടയിൽ.
തൂക്കിയിടാൻ
പുതിയൊരു
കലണ്ടർ.
അതേ ആണി!

## 310 കൊതിയും വിധിയും

കൊതി
രൂപമായി
മുന്നിലും
വിധി
നിഴലായി
പിന്നിലും!

## 311 തോരണം

തോരണം
കെട്ടി തീർന്നില്ല.
കാരണമെന്തെ?
കണ്ണീർ തോരണം

## 312 വെള്ളപ്രണയം!

പങ്കായവും
വെള്ളവും തമ്മിൽ
പ്രണയത്തിൽ
ആയിരുന്നതുകൊണ്ട്
തോണി
എത്രദൂരം
പോയി എന്ന്
പങ്കായമറിഞ്ഞില്ല!

## 313 വെള്ളി

തുള്ളിത്തുള്ളിയൊരു
വെള്ളി
അക്ഷരപ്രേമികൾക്ക്
പിടിവള്ളിപോയൊരു
വെള്ളി.
അങ്ങകലെ പുകയുന്നൊരു
കൊള്ളി!
മിഴിയിണയിൽ
നീർത്തുള്ളി!

## 314 പേരപ്പൻ

പേരപ്പനൊരുനാൾ
പരപ്പനങ്ങാടിയിൽനിന്നും
ചെരിപ്പൊരെണ്ണം വാങ്ങി.
തൊരപ്പൊനെരെലി
അതിലൊരെണ്ണം
കരണ്ട് പോയപ്പോൾ
കരണ്ടു!
വരണ്ട് പോയി
പേരപ്പൻ!

## 315 എം ടി

അക്ഷരമലകളിൽ
വിടർന്ന പൂവായി
വാടാത്ത പൂവായി
കൊഴിയാത്ത പൂവായി
വായനക്കാരുടെ
മനസ്സിൽ
ഓർമകളുടെ
വിസ്മയമായി
എന്നുമുണ്ടാവും!

## 316 പെരുന്തച്ചൻ

നാല്കെട്ടിൽനിന്നും
വിലാപയാത്ര!
പിന്നെ, പഞ്ചാഗ്നി
വിഴുങ്ങും!
ഇനി
രണ്ടാമൂഴമില്ല!
ഒരു വടക്കൻ
വീരഗാഥയായി
ജനമനസ്സുകളിൽ!

## 317 സത്യമായും!

തൊള്ള തുറന്ന്
ഉള്ളത് പറഞ്ഞാൽ
പറയുന്നവൻ
കള്ളനാകും.
കേൾക്കുന്നവന്
തുള്ളല് തുടങ്ങും.
കൂട്ടുകെട്ടിൽ
വിള്ളല് തുടങ്ങും!
തൊള്ള തുറന്ന്
കള്ളം പറഞ്ഞാൽ
'വെള്ളം' കുടിക്കാം
പള്ള നിറയ്ക്കാം!

## 318 പ്രണയം

മണ്ണാങ്കട്ടയും
കരിയിലയും
പ്രണയിച്ചു.
കാറ്റും
മഴയും
വന്നെത്തി.
മരണത്തിനപ്പുറം
പുതുജീവൻ തേടി
അവർ പിരിഞ്ഞു!

## 319 ജീൻസ്

ജാൻസിയുടെ
മാറിയ ജീൻസ്
കീറിയത്
ഫാഷനാണത്രെ!

## 320 ജനം

ജനം പോയി
വിജനം
അവിടെ
വിസർജ്ജനം!

## 321 ഓർമ്മകൾ

കണ്ടാലൊരു
തിളക്കം
ഒരു ചിരി.
ഒരു മങ്ങൽ.
പിന്നെ
കണ്ണ് നിറയും!

## 322 ലുങ്കി

പകലിന്റെ ചൂടിലും
രാത്രിയുടെ തണുപ്പിലും
കലുങ്കിലിരുന്ന്
കളങ്കമില്ലാത്ത
തമാശ പറയാൻ
സ്വാതന്ത്ര്യം തന്ന
ഒരു മുണ്ട്.

## 323 ചൊവ്വ

നേരേ
ചൊവ്വേയല്ലെങ്കിൽ
തലകീഴായി
വവ്വാലാകും
വിവാഹം!

## 324 പടിക്കലെ കാലൊച്ച

പടിക്കലെ ആ കാലൊച്ച
ഇനിയില്ല!
മകളുടെ മിഴികൾ
നിറഞ്ഞു!

## 325 ഉപ്പേരി

ഉപ്പേരിക്ക്
ഉപ്പേറി.
അപ്പാപ്പന്റെ
ചിറി കോടി!

## 326 കുടുക്ക

കുടുക്ക
പൊട്ടിക്കണം
കടുക്കനിടണം
പൊട്ടിച്ചിരിക്കണം!

## 327 വിസ

വിസ കിട്ടി.
വിരസമായ
ജീവിതത്തിന് വിട.
ഇനി സരസമായി
സരസുവിനോട്
സംസാരിക്കണം!

## 328 നടപ്പ്

നടന്ന് നടന്ന്
നട കയറാൻ
വയ്യാതായി!

## 329 പത്രം

പവിത്രനും
മൈത്രേയനും കൂടി
പത്രം വാങ്ങി വായിച്ചു.
പത്രത്തിലെ കള്ളവാർത്തകൾ കണ്ടു
കത്രികയെടുത്ത്
പത്രം രണ്ടായി മുറിച്ചു.
പവിത്രന്റെ പുത്രൻ
മുറിപ്പത്രംകൊണ്ട്
പത്രവഞ്ചിയുണ്ടാക്കി.

## 330 മഴ

കാലം പകർന്ന സൂചന പോലെ,
വളർന്ന ഭൂമിയിലെ ചിറകുകൾ തേടി,
ഈ മഴയും തുടരും,
ജീവിതത്തിന്റെ എല്ലാ
ദുഖങ്ങളെയും കുളിർപ്പിച്ചുകൊണ്ട്!

## 331 ഊന്നുവടി

അന്ന്
വടികൊണ്ട്
അടി കൊണ്ട്
ഓടിയാലും
ഇന്ന്
അടിതെറ്റാതെ
നടക്കാനൊരു
വടി!

## 332 കേക്ക്

ശ്രദ്ധിച്ച് കേക്ക്
ശ്രദ്ധയോടെ
വാങ്ങൊരു കേക്ക്.
കേക്കാതൊന്നും
വാങ്ങരുത്,
കേക്കല്ലാതൊന്നും
വാങ്ങരുത്!

## 333 പശു

കുശുമ്പിപ്പശുവിനെ
പാശം ചുറ്റി
വാശിയോടെയോടി
എന്റെ കീശ കീറി
കാശ് പോയി!

## 334 മുള്ള്

മുള്ളിനുമുണ്ടൊരു
വേദനയും
പരിഭവവും.
'ഉള്ളിൽ മുള്ളുകുത്തുന്ന
വേദന' യെന്ന്
പറയുന്നത്!

## 335 റീൽസ്

റീൽസിലിടാൻ
വീൽസിൽ പായുന്നു.
കണ്ണ് തെറ്റി
കണ്ണടയുന്നു!

## 336 തീ

ചെറുകനലിൽ നിന്നും
വൻ അഗ്നിപർവ്വതം വരെ
തീയുടെ പടർച്ച!
കരിയും ചൂടും
ഉണ്ടെങ്കിലും
അതൊരു
ഒടുക്കമാണ്!
ചിലപ്പോൾ
അതൊരു
തുടക്കവും!
ഉയർച്ചയുടെ
തുടക്കം!

## 337 വൃദ്ധസദനം

അനാഥരും
സനാഥരുമായ
വൃദ്ധരുള്ള
നാല് ചുവരുകൾ!
എല്ലാവരുടെയും
കണ്ണീരിന് ഒരേ
രുചി!

## 338 മരട്ടും കരട്ടും

മരടിലെ
' സന്ധ്യ' യെ
കാണാൻ
മുരടിച്ചു
നിന്നപ്പോൾ
കണ്ണിലൊരു
കരട് പോയി.

## 339 തഴവാ

തഴവായിലെ
തഴപ്പായയിൽ
കിടന്ന്
മിഴിനീര്നിറഞ്ഞ്
മുഴുപ്പിച്ച
രാത്രികൾ!

## 340 അളവ്

അളവില്ലാത്ത ആഗ്രഹങ്ങൾ
വിളവിട്ടാൽ
കളവുള്ളതാണേൽ
മുളയിലേ
നുള്ളുക!

## 341 കാലത്തിനൊപ്പം

കാലത്തിനൊപ്പം
വന്നവർ
കോലം മാറി
കാലുംനീട്ടി
കോലായിലിരുന്നു
നെടുവീർപ്പിടുന്നു.

## 342 അടവുകൾ

കടവുൾ
കാണാതെ
അടവുകൾ
പലത് കാട്ടി
പടവുകൾ
കയറി!
ഒടുവിലാ
പടവുകൾ
ഇടറി.

## 343 കരയാൻ മറന്നവർ

പിരിയാൻ നേരം
കരയാൻ മറന്നവരെ
തിരയാൻ തുടങ്ങി!

## 344 പട്ടം

ചിറകില്ലാതെ
പറക്കുന്ന
പകൽപക്ഷി!
നീലാകാശത്തെ
പ്രണയിച്ച പക്ഷി.
കുട്ടിയെ ഭയന്ന
പട്ടം!

## 345 കരിശ്

തരിശുഭൂമിയിൽ
കാശിനായി
കുരിശ് നാട്ടി.
വാശിയിലതാരോ
രാത്രിയിൽ
നിലംപരിശാക്കി!

## 346 നരയും വരയും

നരവീണ സ്വപ്നങ്ങളോടൊപ്പം
മുടിയിലും നര.
വല്ലാത്തൊരു വര
തലവര!

## 347 ചുഴി

വിഴിഞ്ഞൊഴുകിയ
സ്നേഹം
കഴിഞ്ഞു
പോയല്ലോയെന്നോർത്ത്
മഴ നനഞ്ഞ്
വഴിവിട്ടൊഴുകിയ
പുഴയിലെ
ചുഴിയിലേക്കവൾ
ചാടി!

## 348 ജയിൽ

ജയിലിന്റെ ഓരോ
ചുമരിലും കഥകളുണ്ട്.
ജയിലിലിരിക്കുന്നവന്റെ
കണ്ണിൽ കണ്ണീര് വറ്റിയ
മൂടലും,
ആകാശത്തിലേക്ക്
പറന്നുയരാനൊരു
കിനാവും!

## 349 കടൽ

കടൽ കലിച്ചാൽ
കര കരയും.
മുക്കുവന്റെ
കുടൽ കരിയും!

## 350 പഴമ

പഴയ വീട്
പൊതിഞ്ഞു കെട്ടും.
പഴയ മനുഷ്യനെ
പൊതിഞ്ഞു തട്ടും!

## 351 മായാത്ത ഓർമ്മകൾ

മായാത്ത ഓർമ്മകൾ
സന്തോഷത്തിന്റെയും
ദുഖത്തിന്റെയും
ഉണങ്ങാത്ത കണ്ണീർ.
മധുരിക്കും ഓർമ്മകൾ!

## 352 അയൽപ്പക്കം

ഇപ്പൊ
അയൽപ്പക്കം
ഒരു കായലിനപ്പുറംപോലെ
ഒരു വയലിനപ്പുറംപോലെ!
അയൽപ്പക്കത്തെ
അയമാത്രം
ഒരുകാറ്റിലിളകുന്നു!

## 353 മഴ

മഴവന്നു!
മഴയും
പുഴയും
വഴിയും
കുഴിയും
കൂട്ടായി
അവരൊന്നായി!

## 354 ചേച്ചി

'ചേച്ചി'
എന്നവിളിയോരനുഭവം.
കാച്ചിയ എണ്ണയുടെ
മണം!

## 355 വട്ടം

ജീവിതമൊരു വട്ടം.
കറങ്ങിക്കറങ്ങി
പുതിയ
തുടക്കങ്ങളിൽ
എത്തുന്ന യാത്ര.
ഒരുവട്ടം കൂടി
വെടിവട്ടം പറയാൻ
വരാത്തൊരു യാത്ര!

## 356 വെടിവട്ടം

മുടിവെട്ടും കടയിൽ
വെടിവട്ടം പറഞ്ഞിരുന്ന്
വെട്ടം പോയതറിഞ്ഞില്ല,
മുടി വെട്ടിയതും
മൊട്ടയായതും!

## 357 കാടിരോമം

മനസ്സിന്റെ
തലയിണയിൽ
നിറയെ കഥകൾ കോർത്തുപിടിക്കുന്ന
സ്നേഹവും
വേദനയും
നിറഞ്ഞൊരിത്തിരി
രോമങ്ങൾ!

## 358 വാസ്തു

വാസു
കടമെടുത്ത് വസ്തുവാങ്ങി
'പടി' കൊടുത്ത്
വാസ്തുനോക്കി,
വീടുവെച്ചു!
കടം കയറി
വീട് വിറ്റു.
വടമെടുത്ത്
കുടയെടുത്ത്
നാട് വിട്ടു.

## 359 വെറുപ്പിന്റെ നിറം

വെറുപ്പിന്റെ നിറം
മനുഷ്യരിൽനിന്നും
മനുഷ്യനെ വേർതിരിക്കുന്ന
ദൃശ്യമാകാത്ത
ഒരു നിറം.
മനുഷ്യത്വത്തിന്റെ
സത്യമല്ലാത്തൊരു
നിറം!

## 360 കൂട്ടുകാർ

പൊട്ടിച്ചിതറുന്ന
പൊട്ടിച്ചിരിയിലും
പൊട്ടിവിടരുന്ന
കണ്ണീർമൊട്ടിലും
കൂട്ടായിനിൽക്കുന്നവർ
കൂട്ടുകാർ!

## 361 മഷി

എഴുതാൻ കാത്തിരിക്കുന്നവരുടെ
പേനകളിൽ
ഭാവനകളുടെ മഷി
നിറഞ്ഞു.
ഓർമകളുടെ
കണ്ണീരും!

## 362 പറ

മുറപോലെ
മുറത്തിൽനിന്നും
പറയിലേക്കളന്നു.
ഇനി പറ.
വെറുതെ പറയല്ലേ!

## 363 തിരയുന്ന പരിഹാരം

തിരയാതെ
കരഞ്ഞിരുന്നാൽ
പരിഹാരത്തിനാരും
ഹാരമിടില്ല!
തിരിഞ്ഞൊന്നുനോക്കി
കാണാത്ത വഴിയിലൂടെ
സഞ്ചാരിച്ചാൽ
വരിവരിയായി
പരിഹാരം കാണാം!
പരസഹായം തേടിയും
പരിഹാരം കാണാം!

## 364 മ

ഒരുമ തേടി
ഒരു 'മ' യിറങ്ങി.
കണ്ടെത്തിയത്
ന'മ്മ'ളിൽ!

## 365 ചേറ്

നാറും ചേറിൽ
ഞാറില്ലെങ്കിൽ
ചോറില്ല!
വയറും മോറും
കാളും കാറും!

## 366 തുറന്ന പുസ്തകം

തുറന്ന പുസ്തകം
മറന്ന വായന
കുറുകുന്ന
അറിവ്!

## 367 വരം

മഴയൊരു വരം.
മരം കൊടുത്ത വരം.
തരംപോലെ പെയ്യും.
മരവും മനുഷ്യരും
കുളിരും!

## 368 ഒരുങ്ങി നിന്ന പ്രകൃതി

കറങ്ങിവന്ന ഭൂമിയിൽ
ഒരുങ്ങി നിന്ന പ്രകൃതിയെ
വണങ്ങിനിന്ന്
മെരുങ്ങിനിന്ന്
കുരുക്കിലാക്കി
മാനുഷർ!

## 369 കുറുവ

കതകിളക്കി
കയറുവാ
ജനം
കാറുവാ!

## 370 മുൾച്ചെടി

ഒരു വണ്ടിനെയും
പ്രലോഭിപ്പിക്കാതെ
ഒരു ശലഭത്തോടും
കളിപറയാതെ
മണലിനൊരു
ചെറുതണലായി
ഇത്തിരി
വെള്ളവുമേന്തി
ആരെയോ
കാത്ത് നിൽക്കുന്നു!

## 371 ചങ്ങല

ചങ്ങലയ്ക്കും
വിങ്ങലായി!

## 372 ഉപ്പ്

ഉപ്പ് കൂടി
ഉപ്പായി
കല്ലായി
ഉപ്പുകല്ലായി
ബിപി കൂടി
ഉപ്പായിമാപ്ല
വീണു പോയി!

## 373 പുകമറ മായുമ്പോൾ

പുകമറ മാഞ്ഞപ്പോൾ
കണ്ടത്
ഇത്തിരി ചാരവും
ചിന്നിച്ചിതറിപ്പോയ
ചിരിച്ച മുഖങ്ങളും!

## 374 കണ്ണാടി

ഞാൻ കണ്ണാടിയിൽ
എന്റെ മുഖം കണ്ടു,
മുഖം വികൃതമായ
ദൈവത്തെ കണ്ടു!

## 375 മത്സരം

ദൈവം തരുന്നത്
വാങ്ങാൻ ഒന്നാമനാകാനും
ആ ദൈവത്തിലെത്തിക്കാൻ
മരണം വന്ന് വിളിച്ചാൽ
രണ്ടാമനാകാനും
മനുഷ്യൻ മത്സരിക്കും!

## 376 ഭീരു

ഇരുണ്ട രാത്രികൾ
മിഴികളിലലിഞ്ഞു പോയി.
ഒരു ചിറകുള്ള
സ്വപ്നം പിറക്കാൻ
സമയമായി.
ഇനി ശബ്ദിക്കേണ്ടത്
നിന്റെ ഉള്ളിലാണ്.
` ഞാൻ ഭീരുവല്ല '!

## 377 അടയാളം

വയലാർ
കടലോളം
കടലാഴം!
മലയാളത്തിൻ
അടയാളം!

## 378 എഴുത്ത്

എഴുതാൻ കാത്തിരിക്കുന്നവരുടെ
പേനകളിൽ
ഓർമകളുടെ മുള്ളുകളേറ്റ്
രക്തം നിറഞ്ഞു!
വലിയ അക്ഷരങ്ങളായി
മുറിവുകളിൽ അവർ
എഴുതിത്തുടങ്ങി!

## 379 ചന്ദ്രൻ

ചിന്തകളുടെ
വേട്ടപ്പട്ടികളെ
തുരത്താൻ
ഉറക്കത്തെ
അധിനിവേശത്തിനയ
യ്ക്കുന്നു!

## 380 നിശബ്ദമായ സാഗരം

നിശബ്ദമായ സാഗരത്തിൽ
കരയാതൊരു
ആഴമുണ്ടോ?
കാറ്റേ നീ
തിരമാലയ്ക്ക്
ചിറക് മുളപ്പിക്കരുതേ!

## 381 മനസ്സ്

മനസ്സിനുള്ളിൽ
മതങ്ങളുയർന്നാൽ
മനുഷ്യനും മൃഗവുമൊന്ന്!
മനസാക്ഷിയും മരണവുമൊന്ന്!
മനസ്സിനുള്ളിൽ
മതിലുകളുയർന്നാൽ
കണ്ണും മനസ്സും
രണ്ട്!

## 382 കുതിച്ചു പായുന്ന കാലം

കുതിച്ചു പായുന്ന
ഇക്കാലത്ത്
കലിച്ച് തുള്ളുന്ന
തലമുറ
പുകച്ച് കളയുന്ന
യൗവനം.
കിതച്ച് വീഴുന്ന
വാർദ്ധക്യം!

## 383 വഴിയോരക്കാഴ്ച

വഴിയോരക്കാഴ്ച കാണാൻ
പുഴ വഴിവിട്ടൊഴുകി!

## 384 തേങ്ങൽ

മരത്തിന്റെ
കടക്കൽ
മഴു വീണപ്പോൾ
മഴുവിന്റെ
പിടി കണ്ട്
മരം തേങ്ങി!

## 385 അകത്തളത്തിലെ ചങ്ങലത്താളം

അകത്തളത്തിലെ ചങ്ങലത്താളം
മനസ്സിന്റെ
അണിയറയിൽ
ഭ്രാന്തൻ താളം!
അട്ടഹാസത്തിന്റെ
ആദിതാളം!

## 386 വേരുകൾ

വളർന്ന വലിയ
മരങ്ങളെയും
തളർന്ന ഉണങ്ങിയ
മരങ്ങളെയും
വളഞ്ഞ് വീഴാതെ
നിർത്തുന്ന
വേരുകളെ ആര്
കാണാൻ!

## 387 കൂട്ട്

എനിക്കും ഞാനും
നിനക്ക് നീയും
കൂട്ടുണ്ടെങ്കിൽ
നമ്മൾ
ഒറ്റക്കാവില്ല!

## 388 വേരുകൾ

ഇലകളിൽനിന്നും
ഇറ്റിറ്റു വീഴുന്ന
ഓരോ മഴത്തുള്ളിയും
വേരുകൾക്ക് സ്വന്തം!

## 389 കരയുന്ന കാകൻ

തണൽതരുന്ന
വാകമരം മുഴുവൻ
കരയുന്ന കാക്കക്കൂട്ടം.
തണൽതേടി
വന്നവനെ
കാക്കകാഷ്ടം
കഷ്ടത്തിലാക്കി!

## 390 മരിച്ചുപോയ അച്ഛൻ

ആകാശചെരുവിൽ
ചെറുനക്ഷത്രങ്ങൾ കാണുമ്പോൾ
അച്ഛനെയോർത്ത്
ഒന്നും മിണ്ടാനാവാതെ
എന്റെ നാളുകൾ
കുറയുന്നു!

## 391 വിശപ്പ്

കുട്ടിയുറങ്ങി.
കലം അമ്മ കഴുകി
കമഴ്ത്തിവെച്ച്
അരയിൽ
മുണ്ട് ഒന്നൂടി
വലിച്ച് മുറുക്കി
കെട്ടി!

## 392 ഗൾഫ്

` പോയി വരാം`
എന്നോതിയപ്പോൾ
അവൾ കേട്ടതോ
` പോയി വാരാം` മെന്ന്.
ഒന്നും വാരാതെ വന്നപ്പോൾ
അവൾ പോയി!

## 393 കാത്തിരുപ്പ്

കുത്തിയിരുന്ന്
കാത്തിരുന്നു ഞാൻ
വന്നപ്പോ
കുത്തിത്തിരുപ്പായി!

## 394 പണമെന്ന അഹങ്കാരം

പണം കൂടിയാൽ
മനുഷ്യന്
ഗുണം കുറയും.
പണംതന്നെ
ഒരു കെണിയാവും.
ചേണത്തിൽ കിടന്നവൻ
ചണത്തിലാവും.

## 395 വിശപ്പ്

ഒരു വറ്റ്
ചോറിനായി
തെറ്റനേകം
ചെയ്യുന്നു മർത്യൻ.
എങ്കിലും, വിശപ്പിനെ എത്ര
കശാപ്പ് ചെയ്താലും
വാശിയോടത്
പുനർജനിക്കും.

## 396 കേരളം

കാടും പടലും
ആറും കാറും
കായലും വയലും
മലയും വലയും
റബ്ബറും ബമ്പറും
മദ്യവും സദ്യയും.
എത്ര സുന്ദരം!
കേരളമെന്റെ
കരളാണ്.

## 397 കുഴി

കുഴീ,
നിന്റെയാഴത്തിൽ
ഒഴുകി വന്നത്
വെറും വെള്ളമല്ല!
നിന്നിലുള്ള വിത്തുകൾ
മുളയ്ക്കാനുള്ള
ചിന്തകളുടെയും
പടരാൻ കൊതിക്കുന്ന
വേരുകളുടെ
വിചാരങ്ങളുടെയും
വെള്ളമാണ്!

## 398 കുഴി

കുഴികൾ
പലതരം
വെള്ളക്കുഴിയിൽ
വീണാൽ
വെള്ളപൂശിയ
കുഴിലെത്താം!

## 399 വീട്

കാട്ടിലുണ്ടൊരു
വീട്
തട്ടായിട്ടുള്ളൊരു
വീട്.
വറ്റാത്ത സ്നേഹമുള്ളൊരു
വീട്
മുറ്റം മുഴുവനും
ചുറ്റാനെന്തൊരു
രസം!
പട്ടണത്തിലുണ്ടൊരു
വീട്.
വീട് മുഴുവൻ
ചെടികൊണ്ടൊരു കാട്.
തട്ട് കിട്ടുന്നൊരു വീട്.
മിണ്ടാട്ടമില്ലാത്തൊരു
വീട്.

## 400 കേരം തിങ്ങും കേരളനാട്

തീരം മുഴുവൻ
കേരം തിങ്ങും
നാട്.
വാരം മുഴുവൻ
വീഴാനൊരു
നാളികേരം
പോലുമില്ലിപ്പൊ
കേരംതിങ്ങും
നാട്ടിൽ!
കാരാനൊരു
തേങ്ങാപ്പൂളുമില്ല!

## 401 അനുഭവത്തിന്റെ കയ്പ്പ്നീര്

ജീവിതമാകുന്ന
അരകല്ലിൽ
അനുഭവങ്ങൾ
അരഞ്ഞപ്പോൾ
കിട്ടിയത്
കയ്പ്പ് നിറഞ്ഞ
നീര് മാത്രം.
അതിന് കണ്ണുനീരിന്റെ
ഉപ്പും!

## 402 അനുഭവങ്ങളുടെ കയ്പ്പ് നീര്

ഓരോ അനുഭവങ്ങളും
അവസാനിച്ച് പോകുമ്പോൾ,
അവയുടെ വേദന
തീരുമ്പോൾ
അവശേഷിക്കുന്നത്
കയ്പ്പ് നീര് മാത്രം!

## 403 മായ

മാസങ്ങൾ കാത്തിരുന്ന്
പൂവിരിയുന്നതും
അത് കാണാൻ
സൂര്യരശ്മി വരുന്നതും
പാതിരാത്രിയിലെ
കാറ്റിന്റെ നൃത്തവും
അത് കാണാൻ
ചന്ദ്രരശ്മി വരുന്നതും
പുഞ്ചിരി പകരുന്ന
മൂടൽ മഞ്ഞും
അതുകാണാൻ
വരുന്ന
നിന്റെ പ്രണയവും
ഒരു മായയല്ലേ?!

## 404 ഇരുണ്ട വാനം

മുകളിൽ ഇരുണ്ട വാനം.
താഴെ വരണ്ട ഭൂമിയും,
ഇരുണ്ട മനസ്സും,
ഉരുണ്ട് കൂടിയ
കണ്ണീരും!
ഇനി ചുരുണ്ടുകിടക്കാം.

## 405 കൈകൾ

പിറന്നുവീഴുന്നത്
ആരുടെയോ
കൈകളിലേക്ക്!
'പറന്നു' പോകുമ്പോൾ
ആരുടെയോ കൈകളിലൂടെ!
എങ്കിലും പറയും
എനിക്കാരുടെയും
ഒരു കൈസഹായം
വേണ്ടെന്ന്!

## 406 കൊഞ്ച്

കുഞ്ചുവിന്റെ
വഞ്ചിയിലൊരു
കൊഞ്ച്!
കുഞ്ചാ
കൊഞ്ചല്ലേ?
വഞ്ചിയിലിരുന്ന്
കൊഞ്ചല്ലേ!

## 407 പ്രായമില്ലാത്ത പ്രണയം

വർഷങ്ങൾകടന്ന് പോകുമ്പോഴും
ഹൃദയത്തിന്
ഒരൊറ്റത്താളം!
കറുത്ത മുടിയിഴകൾ
വെളുത്തു വരുമ്പോഴും
തിളക്കമൊഴിയുന്ന
കണ്ണുകളിൽ
വെള്ളെഴുത്ത് വരുമ്പോഴും
ഹൃദയത്തിനൊറ്റത്താളം
പ്രായമില്ലാത്ത പ്രണയതാളം!

## 408 കാലം കരുതിവെച്ച മറുപടി

വീണ്ടുംവരുമെന്നോതി
ഒരു മഞ്ഞുതുള്ളി
ഇലകൾ തൊട്ട്
ഊർന്നുപോയി.
മറന്നുപോയ പാട്ടുകൾ
വേദനകളായി വീണ്ടും
വിപഞ്ചികയിൽ.
കാറ്റിന്റെ ചിറകേറി
സ്വപ്നങ്ങളുടെ തിരകളിൽ
കാലം കരുതി വെച്ച
മറുപടിയായി
അവയൊരിക്കലും
മാഞ്ഞു പോവാതെ....

## 409 കൊതി

മഴയേൽക്കുന്ന
കുടയ്ക്കുമുണ്ടൊരുകൊതി
ഒരു കുടചൂടാൻ
വെയിലേൽക്കുന്ന
മണലിനും മരത്തിനുമുണ്ടൊരുകൊതി
ഒരു തണൽകിട്ടാൻ!

## 410 അമ്മ

അമ്മ
അലക്കു കല്ലിലാർത്തലച്ച്
അലക്കിയ
തുണിയുണങ്ങുംമുമ്പേ,
മാറത്തലച്ചയെന്നെ
മാറോട് ചേർത്തെന്റെ
മുറിവുണക്കും!

## 411 ഞങ്ങൾ

നമ്മൾ
നമ്മളായി
തോളോട്
തോൾചേർന്ന്
നടന്നു.
കാലം
നമ്മളെ
'ഞങ്ങളാക്കി'!

## 412 മൗനം

ശബ്ദങ്ങളോട് മല്ലിട്ട്
സ്നേഹത്തിന്റെ ശബ്ദം
കേൾപ്പിക്കാൻ
വാക്കുകൾ ശൂന്യമാകുമ്പോൾ
കരളിൽവീണ ദുഃഖത്തിന്റെ
കിനാവാണ്
മൗനം!

## 413 ഒളിച്ചിരിക്കുന്ന ദൈവം

ഒളിച്ചിരിക്കുന്ന ദൈവം
കുപ്പത്തൊട്ടിയിൽ!
കുനിഞ്ഞിരുന്ന്
ഒരിറ്റ് വറ്റിനായി
തിരയുന്ന
കുട്ടിക്കൊപ്പം!

## 414 പുളി

പുളികണ്ട
ആശാരിയുടെ
വിരൽ
ഉളികൊണ്ട്
മുറിഞ്ഞു.

## 415 ചെളി

കുളത്തിലെ
ചെളിയൊരു
വളം.
പരസ്പരം
വളം
വാരിയെറിഞ്ഞാൽ
'കുള' മാവും!

## 416 ചൂരൽ

വഴിതെറ്റിപ്പോയപ്പോൾ
വരിതെറ്റിപ്പോയപ്പോൾ
പഴുത്ത ചൂരലിന്റെ
മുഴുത്ത പാട്
കഴുത്തറ്റംവരെ!

## 417 ജാതി

അന്ന്
പറമ്പിൽ
വാനംമുട്ടെ
വളർന്ന ജാതി
ഇന്ന്
മനുഷ്യന്റെ
മനംമുട്ടെ
പടർന്ന് കേറി!

## 418 കുട്ടനും പട്ടവും

കുട്ടനും കുട്ട്യോളും
പട്ടമുണ്ടാക്കി.
നീട്ടിപ്പിടിച്ച്
രണ്ടടിയോടി.
പട്ടം പൊങ്ങി.
കുട്ടനും കുട്ട്യോളും
കൈകൊട്ടിക്കളിച്ച്
പട്ടം പൊട്ടി.
കുട്ടന് കിട്ടി
രണ്ടടി!

## 419 കൂട്

കൂട്ടിരിക്കാൻ
കൂട്ട് കൂടി
കൂട് കൂട്ടി.
കൂട്ടിലാകെ
ചട്ടമായി.
കൂട്ടിലെത്തി
കൂട്ടിരിക്കാൻ
പാട്പെട്ടു.
കോർട്ടിലെത്തി
കൂട്ടുവെട്ടി!

## 420 'ക' നട്ടപ്പോൾ

കാത്ത് കാത്തിരുന്ന്
മന:പ്പാടത്ത്
കവിത മുളയ്ക്കാൻ
ഞാനിന്നൊരു 'ക' നട്ടു.
ആരോ കനിയുമെന്നും
കനി കിട്ടുമെന്നൊരു കനവ് കണ്ടു.
ചെറുതെങ്കിലും
വെറുതെയൊരു
കനവ് കണ്ടു.
വെറുതെയായി!

## 421 മത്തായി

മത്തായിത്തിരി
അകത്താക്കി
' മത്തായി '
വീടിന് പുറത്തായി.
അത്
പത്ത് ഗുണമായി.
നന്നായി
മത്തായി
മുത്തായി!

## 422 അകലുന്ന ബന്ധങ്ങൾ

അകലുന്ന ബന്ധങ്ങളിൽ
ബഹളങ്ങൾ കൂടുന്നു.
ചിലർ
ബഹളങ്ങളിൽ
മുനിയെപ്പോലെ
തനിയെ!

## 423 അക്ഷരം

അക്ഷരങ്ങൾ
നിരക്ഷരനെ
നാക്കിൽ കുഴപ്പിക്കും.
സാക്ഷരനെ
വാക്കിൽ കൊഴുപ്പിക്കും.

## 424 നാലുവരിക്കവിത

നാട്ടിലിരുന്ന്
നട്ടുച്ചയ്ക്ക്
നാലുവരിയെഴുതി.
നാട്ടാരൊക്കെ
ഓടിക്കൂടി
നടുവേ ഞാനുമോടി
നാട് വിട്ടു.

## 425 തീവണ്ടി

ചൂളം വിട്ടാലും
പാളം വിട്ടൊരു
കളിയില്ല.
സ്വപ്നങ്ങൾ കൊളുത്തി
വലിച്ച്
സമാന്തരമായ പാളത്തിൽ
ജൻമാന്തരങ്ങൾ താണ്ടി
വെറുതെ ഓടുകയാണോരോ
വണ്ടിയും.

## 426 പച്ചക്കുതിര

കച്ചിയിലിരിക്കും
പച്ചക്കുതിര
മനുഷ്യനെ
'പച്ച'ക്ക് പറ്റിച്ച
പച്ചക്കുതിര!

## 427 ചക്ക

ചാക്കപ്പൻ
ചക്കയിട്ടു
പച്ചച്ചക്ക
വിണ്ടുകീറി
ചക്കച്ചുളകൾ
ചിന്നിച്ചിതറി
കാക്കക്കൂട്ടം
കൊത്തിത്തിന്നു.

## 428 മാങ്ങ

മാങ്ങ പഴുത്തു
ഈച്ച മുഴുത്തു
കിളികൾ ചുളുവിൽ
കൊത്തിത്തിന്നു.
വിടവിൽ പുഴുക്കൾ
നുഴഞ്ഞ് തുടങ്ങി!

## 429 തെങ്ങ്

ചിങ്ങമാസത്തിൽ
പൊങ്ങച്ചംകാട്ടി
തെങ്ങൊന്ന് കുലച്ചു
കാറ്റൊന്ന് മൂളി
തെങ്ങൊന്ന് വിങ്ങി
തേങ്ങയെല്ലാം
ഭൂമി താങ്ങി!

## 430 ആദ്യാക്ഷരം

അരിയിലെഴുതിയ ആദ്യാക്ഷരം
'അ'
എഴുതിയപ്പോൾ
തെളിഞ്ഞ് വന്നത്
'തറ'.
പറഞ്ഞ് തുടങ്ങിയപ്പോൾ
തെളിഞ്ഞ് വന്നത്
അമ്മ.
തറയിലിരുന്ന്
അമ്മപറഞ്ഞ് തന്നത്
അച്ഛൻ!

## 431 വിദ്യാരംഭം

തറമുകളിൽ
അരിയിട്ട്
അതിലക്ഷരമെഴുതി
വിദ്യാരംഭം!
തലമുകളിൽ
വിരിയിട്ട്
അതിനുമുകളിൽ
അരിവിതറി
'വിട'യാരംഭം!

## 432 തെറ്റ്

പറ്റിപ്പറ്റി
തെറ്റ് പറ്റിപ്പോയി.
തെറ്റുമ്പോൾ
ചിലർ 'ശശി'യാക്കും.
ശശിയായാൽ
ചിലർ ശരിയാവും.
ചിലർ പാശമെടുക്കും.
നാശമാവും!

## 433 രത്തൻ

മുതലാളിയൊരുത്തൻ
രത്തൻ,
അവസാന യാത്രാമൊഴി
ചൊല്ലി
റ്റാറ്റാ!

## 434 ഉറങ്ങാത്ത മാനസം

നാല് ചുവരുകൾക്കുള്ളിലെ
ഇരുട്ടിൽ,
ഒടുങ്ങാത്ത ദുഖവും
ഉരുണ്ടുകൂടുന്ന
മിഴിനീരും
വരണ്ടുണങ്ങിയ
ജീവിതവും!

## 435 ആശ

ആശാദേവിയും
ആശയും
ആഷാബീവിയുമെല്ലാം
ഒന്ന് തന്നെ.
മതമേതായാലും
മനുഷ്യനാശയില്ലെങ്കിൽ,
ആശയമില്ലെങ്കിൽ,
വിനാശം!

## 436 വരമ്പ്

വരമ്പത്തെ
കരിമ്പിൻ
കൂട്ടത്തിൽ
ഉറുമ്പിൻകൂട്ടം
കുറുമ്പ് കാട്ടുന്നു!

## 437 നീറ്റ്

`നീറ്റ്`
മാറ്റമായി
നാറ്റമായി!
കുട്ടികൾ
കാറ്റിലായി!

## 438 വീഴ്ച

കാഴ്ച തെറ്റി
വീഴ്ച പറ്റിയാൽ
ആഴ്ചയോളം
ജീവിതം
താഴ്ചയിലാവാം!

## 439 കനകം

വിനയയുടെ
കരത്തിൽ
കനത്തിൽ
കനകം
വിനയായി.

## 440 ദാരിദ്ര്യം

അന്ന്
വയർ പൊരിച്ചിലിൽ
ജീവിതവും.
ഇന്ന്
വയർ എരിച്ചിലിൽ
ജീവിതം
കരച്ചിലിൽ!

## 441 ശനി

ശനി വന്നു!
ദശ വാങ്ങണം.
ATM കാർഡിന്റെ
നാല് ദിശിയിലും
ശനിദശ!

## 442 ചിരി

ചിരിക്കാൻ
മറക്കരുത്.
മറന്ന്
ചിരിക്കുക.!

## 443 പലക

പലവക
മറയ്ക്കാനൊരു
പലക!
കവലയിലൊരു
പലക
വലയിലാക്കിയ
ചൂണ്ടുപലക!

## 444 സ്വപ്നം

വിസ്മയങ്ങളുടെ
ആഴക്കടൽ!
പവിഴമുത്തുകളുടെ
മോഹങ്ങൾ!
രാത്രിയുടെ
നിലാവിലെ
മിഴികളിൽ
തെളിയുന്ന
പ്രതീക്ഷകൾ!

## 445 എഴുതണം

എഴുതണം
എഴുതി
മെഴുകണം!
വായനയിൽ
മെരുകണം!

## 446 മനുഷ്യൻ

ദൈവം
ഭൂമിയിൽ
വന്നപ്പോൾ
ദൈവമായി
തോന്നിയ
ഒരാൾ!

## 447 കൊമ്പ്

ആനയ്ക്ക് കൊമ്പ്
അലങ്കാരം .
ആളിന് 'കൊമ്പ് '
അഹങ്കാരം !

## 448 കുലം

കുലം
കുത്തിയൊഴുകിയ
പുഴയിൽ
ഒരു കുലം
ഒഴുകിപ്പോയി!

## 449 അടുപ്പം

കടുപ്പം കൂട്ടിയ
ചായ, കാപ്പി
അടുപ്പം കൂട്ടി
ബന്ധങ്ങൾ !
മടുപ്പില്ലാതെ
അടുപ്പും .

## 450 മിഥുന മഴ

മിഥുന മഴയുടെ
കുളിരിൽ
നെഞ്ചിൽ തളിര്
കിളിർത്തു.
കവിതയൊരുക്കും
മഴയിൽ
ഞാൻ നനഞ്ഞുനിന്നു.

## 451 ജീവിതസായാഹ്നം

സായാഹ്നത്തിൽ നിഴലുകൾക്ക്
നീളം കൂടുമ്പോൾ
ജീവിത സായാഹ്നത്തിൽ
ദിനങ്ങൾക്ക്
നീളം കുറയുന്നു.
സുഖവും ദുഃഖവും
നിറഞ്ഞ ജീവിത
യാത്രക്കൊടുവിൽ
ഇനി ആത്മാവിന്റെ
തീർത്ഥയാത്ര!

## 452 വായനശാല

നിശബ്ദമായൊരു
ലോകം.
വായനയൊരു
ആയുധമല്ല,
ഒരു വഴി.
ഒരു യാത്ര.
ആ വഴിയിലെ
അടയാളങ്ങളാണ്
പുസ്തകങ്ങൾ!

## 453 വയസ്സ്

വയസ്സറിയിച്ചപ്പോൾ
നാണം വിടർന്ന
പെണ്ണിനോട്
വയസ്സ് ചോദിച്ചപ്പോൾ
'ഫണം' വിടർത്തി!

## 454 ഒറ്റക്കുത്ത്

ഒറ്റക്കുത്തിൽ
വാചകം തീരും.
മറ്റൊരൊറ്റക്കുത്തിൽ
ജീവിതം തീരാം!

## 455 കത്ത്

പത്തിലെ കത്തിൽ
സാഹിത്യഭാഷയിൽ
പത്തുപ്രാവശ്യം
സ്നേഹം മൂത്ത്
അവളെഴുതി,
'സ്നേഹദീപമേ പൊലിയൂ'!

## 456 തോൾ

തോളോട് തോൾ
ചേർന്ന് നടക്കുമ്പോഴും
തോറ്റന്ന് തോന്നിയാൽ
തലചായ്ക്കാനൊരിടമാണ്
തോൾ!

## 457 അവൾ

അവൾ 'സ്പേസ്' ൽ
അടുക്കള തേടുന്നു!
അവൻ അടുക്കളയിൽ
സ്പേസ് തേടുന്നു!

## 458 മഴ

വിരിമുകളിൽ
കരിമുകിൽ
പെയ്തിറങ്ങി.
കരിമുകളിലെ
അഗ്നി കെട്ടടങ്ങി!

## 459 പപ്പടം പാർപ്പിടം

വട്ടത്തിലൊരു
പപ്പടമുണ്ടാക്കിവിറ്റ്
ചട്ടത്തിലൊരു
പാർപ്പിടമുണ്ടാക്കിയതും വിറ്റു!

## 460 ഓളവും തീരവും

നേരം വെളുത്തപ്പോൾ
ഓളങ്ങൾ തീരത്തെ
പുണർന്നു.
ഒറ്റനേരം
തീരം 'വെളുത്തു'!

## 461 മാറ്റം

ജമന്തിയിൽ
ചന്തത്തിലിരിക്കുന്ന
ഓന്തിന്റെ നിറവും
ചന്തയിൽ
ചിന്തയിലിരിക്കുന്ന
ഭ്രാന്തന്റെ ചിന്തയും
എപ്പോൾ വേണമെങ്കിലും
മാറാം!

## 462 മാറ്റം

മറയാതെ നിൽക്കുന്ന
മലകൾക്കും
മാറാതെ നിൽക്കുന്ന
മരങ്ങൾക്കും
മാറ്റമില്ല!
മാഞ്ഞുപോകുന്ന
മനുഷ്യന്
മാറ്റമുണ്ടാവണം!

## 463 ചിന്ത

ചിന്തേരിട്ട്
ചിന്തിക്കാനൊരുവക.
മന്തുള്ളവൻ
ചന്തയിലിരുന്ന്
ചിന്തിച്ചു.
ഭ്രാന്തുള്ളവൻ
അന്തമില്ലാതെ
അന്തിക്കിരുന്നും
ചിന്തിച്ചു.

## 464 ബലൂൺ

പിടഞ്ഞുപിടിച്ച് പിടിച്ചിട്ടും
സ്നേഹത്തിന്റെ നൊമ്പരം
ആശതന്ന് ആകാശത്തേക്ക്!

## 465 മുഷ്ടി

അഷ്ടിക്ക് വകയില്ലാത്തവർ
അഷ്ടദിക്കുംകാണുമാറ്
മുഷ്ടി ചുരുട്ടി
ഉച്ചിഷ്ടമായി
കഷ്ടത്തിലായി.
കഷ്ടം കഷ്ടം!

## 466 കാപ്പ

കാപ്പ ചുമത്തി
നാട് കടത്തിയവൻ
കൊപ്പം വരെ
കപ്പ ചുമന്ന്
നാട് കടന്നു.

## 467 സമയം

സമയത്തോ
അസമയത്തോ
കയത്തിൽ വീണാൽ
'സമയം'പോലെയിരിക്കും...!

## 468 ചേന

കാനയിൽ
ആന പോലൊരു
ചേന!
ചേനത്തണ്ട്
വാനംമുട്ടെ
വളർന്ന് വളർന്ന്.
ചീനികണ്ട
ആനിക്ക്
ആനച്ചേന
എന്തൊരത്ഭുതം!

## 469 ബസ്

നിരപ്പായ വഴിയിൽ
തീർപ്പായോടി
വളഞ്ഞവഴിയിൽ
വിളഞ്ഞോടി
കുണ്ടുകൾ
കണ്ടില്ലെന്നോടി
കയറ്റങ്ങൾ
വലിഞ്ഞൊന്നോടി
ബസ് തന്നെയല്ലേയീ
ജീവിതം!

## 470 ചക്രം

തേഞ്ഞ ചക്രംമൂലം
മാഞ്ഞ വരകൾ,
തലവരകൾ!
കാഞ്ഞ ജീവിതങ്ങൾ!!

## 471 കവി

കോരിത്തരുവാനൊന്നു-
മില്ലായീക്കലത്തിൽ
കരിവീണൊരു കലം
ശൂന്യമായതറിഞ്ഞില്ലേ?

## 472 പേന

പേന കാണുമ്പോൾ
വിരലുകൾ
പേ നായുടെ
നാക്ക്പോലെ
വിറയ്ക്കുന്നു.

## 473 എഴരക്കര്

അന്ന്,
അമ്മയുടെ
കൈപിടിച്ച്
അരിയിലക്ഷരം
എഴുതി പഠിച്ച്
ചിരിച്ചു!
ഇന്ന്,
ഫോണിൽ
'കുത്തി' വീഴ്ത്തുന്ന
അക്ഷരങ്ങളെ
നോക്കി
നെടുവീർപ്പിടുന്നു!

## 474 അരുണന്റെ പ്രണയം

അരുണൻ
പ്രണയിക്കാൻ
കൊതിക്കുമ്പോഴെല്ലാം
വില്ലനായി
മഴമേഘം
പിന്നെ,
നിലാവും!

## 475 ചരമദിനം

ആചാരങ്ങളോടെ
ചാരമാകുന്ന ദിനം!
ചലനമില്ലാത്തവനെ
വാചാലതയോടെ
വർണ്ണിക്കുന്ന ദിനം!

## 476 പച്ചമനുഷ്യർ

പറവകളില്ലാത്ത പട്ടണം.
പറനാരില്ലാത്ത പട്ടണം.
പറയാനാരുമില്ലാത്ത പട്ടണം.
പറ്റിക്കപ്പെടുന്ന മനുഷ്യർ.
പട്ടണത്തിലെ മനുഷ്യർ
പച്ചമനുഷ്യർ!

## 477 കോറ പ്രണയം

അവനും അവളും
എത്തി.
നിന്ന് കത്തി!

## 478 ആറ്

ആരോ പറഞ്ഞു
ആറ് കഴിഞ്ഞാൽ
കായലാണെന്ന്
അതിനപ്പുറം
കടലാണെന്നും!
ആറ് പറഞ്ഞു
ഏഴാണെന്ന്!

## 479 ആകാശം

ആകാശം നിറയെ
ആത്മാക്കളുടെ
വെൺമേഘങ്ങൾ!
അവരും കറുക്കും,
കരയും മഴയായി!

## 480 ബന്ധം

ചന്തമില്ലാത്ത
മനസ്സ്കൊണ്ട്
ചന്തമില്ലാത്ത
ബന്ധം സ്ഥാപിച്ചാൽ
ചിന്തയിൽപോലും
ചന്തമില്ലാതാവും!

## 481 ക്ലോൺ

കാലം കടന്നുപോയ
താളത്തിൽ
ഞാനെന്നിൽത്തന്നെ
മറഞ്ഞു പലവട്ടം!

## 482 ഭയം

അഭയം തന്നവർ
ഭയപ്പെടുത്തിയാൽ
ഭയം വിടരും.
നിർഭയം നേരിട്ടാൽ
ഓരോ പടിയും
ശക്തമാകും!

## 483 ഷവർമ

വർമ്മ
ഷവർമ
കഴിച്ചു.
കർമ്മഫലം!

## 484 മതം

മതം
ശരിയുടെ
സത്താണ്.
ആ സത്ത്
തലയ്ക്ക്
മത്താണ്.
പലകാതം
പിറകിലാണ്!

## 485 ക്ഷമ

പക്ഷം പിടിക്കാതെ
ക്ഷമയൊന്ന് മൊഴിഞ്ഞാൽ
അഷ്ടദിക്കിൽനിന്നും
ക്ഷേമം വരും!

## 486 വീട്

അന്ന്
നിശയിലും ശബ്ദ-
മുഖരിതം.!
ഇന്ന്
നിശ്ശബ്ദതയുടെ
താഴ്വാരം!

## 487 ചെണ്ട

കണ്ടാൽ നല്ലൊരു
ചെണ്ട വാങ്ങി.
കണ്ടവരെല്ലാം
കൊട്ടിനോക്കി.
കേട്ടവരെല്ലാം
തൊട്ട് നോക്കി.
തണ്ടുള്ളവനത്
ചൂണ്ടാൻ നോക്കി!

## 488 തോക്ക്

തോക്കിന്റെ
കഥകൾ
തോൽക്കാത്ത
കഥകൾ.
വാക്കിന്റ
കഥകൾ
വക്കുടഞ്ഞ
തോറ്റ കഥകൾ!

## 489 അമ്മയും അമ്മിയും

അമ്മയും
അമ്മിയും
വേർപെട്ടു.
അമ്മ
മമ്മിയായി!
അമ്മി
വെറുമൊരു
കൊമ്മിയായി!

## 490 പിരിവ്

പിരിയാനാവാത്തവർ
ചെരിവില്ലാത്തൊരു
പിരിവിട്ട്
കരിയില്ലാത്തൊരു
മനസ്സ് കണ്ടു!

## 491 പറ

പറയാനൊരു പറവേണം.
അളക്കാൻ ചറപറാന്ന്
നെല്ല് വേണം.
പറവെക്കാനൊരറ വേണം.
എങ്കിലൊന്നും
പറയാനില്ല!

## 492 വെണ്ണീർ

നീലക്കണ്ണുകൾ
വാലിട്ടെഴുതി,
കാതിൽ പൊന്നിട്ടു!
നീലക്കുറുക്കൻ
വാലാട്ടി ചെന്ന്
ചാലിട്ടു!
കണ്ണിൽ തണ്ണീർ
ജീവിതം വെണ്ണീർ!

## 493 പ്രണയമഴ

മഴയെത്തുംമുമ്പ്
പ്രണയിച്ചാൽ
കഴിവൊത്ത് കരയാം.
മഴയത്ത്
കണ്ണീരലിഞ്ഞോളും!

## 494 തെളിമ

വനം തെളിഞ്ഞാൽ
വാനം തെളിയും.
വനം 'കറുത്താ'ൽ
വാനം കറുക്കും
മഴ കനക്കും!

## 495 പുതിയ പൂക്കാലം

ഭൂമിയുടെ ചിരിമുഖമായി
പുതിയ പൂക്കാലം!
പിറകെ
കാറ്റെത്തി
മഴയെത്തി
മഞ്ഞെത്തി,
പതിയെ
ആ ചിരി
മാഞ്ഞു!

## 496 മരണം

ദൈവം
മണ്ണുകൊഴച്ചുണ്ടാക്കിയ
മനുഷ്യനെ,
മനുഷ്യർ
മണ്ണിൽ
കുഴിച്ചിടുന്നു!

## 497 നാലാമോണം

തിരുവോണനാളിലെ
പലപല കാര്യങ്ങൾ
പറഞ്ഞ്
കലപില കൂട്ടി
നാലാമോണം!.

## 498 തറവാട്ടോണം

അമ്പാടിവീട്ടിലിന്ന്
തറവാട്ടോണം!
'ചെമ്പി'ല്ലാത്തവരായ
മുമ്പുള്ളവരും,
കാമ്പില്ലാത്തവരായ
പിമ്പുള്ളവരും
വമ്പൻ പറച്ചിലുമായി
തറവാട്ടിൽ!

## 499 ചതയം

പല ജാതിയിൽ,
പല മതങ്ങളിൽ,
പല മനുഷ്യരിൽ
വിനയത്തോടെ
വിതയ്ക്കാം
സ്നേഹത്തിൻ
വിത്തുകളീ-
ചതയദിനത്തിൽ!

## 500 ഉള്ളി

കണ്ണ് നിറഞ്ഞ്
കരയാനായി
വില കൊടുത്ത്
വാങ്ങുന്നു!

## 501 ഉത്രാടം

ഉത്രാടം വന്നെത്തി,
തത്രപ്പാടും!
ഇത്രേടമൊന്ന് വരുമോ?

## 502 മണിയറ

അണിയറയിൽ
മണിയറയൊരുങ്ങുന്നു.
ചെറിയറയിൽ
തലയണമന്ത്ര-
മുണരുന്നു!

## 503 'ചക്രം'

കൈയിൽ 'നാല്ചക്രം'
വന്നു.
നാല്ചക്രം വണ്ടി
വാങ്ങി.
പെരുവഴിയിൽ
പരാക്രമംകാട്ടി
ജീവിതചക്രമൊടുക്കി!

## 504 വിൽപ്പത്രം

ആത്മസമർപ്പണത്തിന്
ആത്മാവ് തയ്യാർ,
മുറ്റത്തെ മാവും!
കുടിയിറങ്ങിയ
കിനാവുകൾ!
എന്റെ നോവറിഞ്ഞവർക്കാ-
ശ്വാസം!

## 505 മിരക്

മിത്തിന്റെ
വിത്തിട്ട്
പത്തു മേനി
കൊയ്യുന്നത്
മത്തല്ലേ?

## 506 കങ്കവും മങ്കയും

സങ്കല്പത്തിലെ
മണിയറയിലേക്ക്
മങ്ക തങ്കം വാങ്ങി
ചിങ്കാരപ്പെട്ടിയിൽ
വെച്ച് വങ്കത്തരം
കാട്ടി.
ചോരൻ ചിരിച്ചു!
മങ്ക കരഞ്ഞു!

## 507 വിധവ

വിടവാങ്ങലിന്
പിന്നാലെ,
കുഞ്ഞുങ്ങളുടെ കാലടികളുടെ
ശബ്ദം!
കയ്യിലിരുന്ന കയറിൽ
പിടിച്ചവൾ
ജീവിതത്തിലേക്ക് കയറി!

## 508 ഒപ്പ്

എന്താണപ്പപ്പോ!
എന്തിനാണൊപ്പപ്പാ?
അപ്പന്റൊപ്പ്
ഞാനൊപ്പിയെടുത്ത്
ഒപ്പിയപ്പാ!

## 509 വിധി

വിധിപോലെ
വരട്ടെയെന്ന്കരുതി
അവധിയെടുത്താൽ
ചതിപോലെ വരുംവിധി!

## 510 വാഴയില

ഓണം വരുന്നു.
ഓണവെയിലിലെ
ഇളംകാറ്റിൽ
ഇളകിയാടുന്ന
വാഴയിലയുടെ
മിഴികളിൽ ദൈന്യത,
കരവിരുതിൽ
കടയ്ക്കൽ വീഴുന്ന
കത്തിയോർത്ത്!

## 511 വേനൽ

മാനം വെളുത്ത് വരുന്നു,
വനവും വെളുത്ത് വരുന്നു.
മനം കറുത്ത് വരുന്നു.
ജലത്തിനായി
ജനം അടുത്ത് വരുന്നു.

## 512 മോഹം

ചെവിയിലിരിക്കുന്ന
ചെമ്പരത്തിക്കുമൊരുമോഹം
ചിത്തിരദിനത്തിലെ
അത്തപ്പൂക്കളത്തിൽ
തുമ്പപ്പൂവിനോടൊന്നു
കിന്നരിക്കാൻ!

## 513 സ്റ്റിക്കർ

കിട്ടിയതെല്ലാം
ഒട്ടിപ്പിടിച്ചു,
കെട്ടിപ്പിടിച്ചു.
ഒട്ടിയവരെല്ലാം
പെട്ടുപോയി.
ഒട്ടാത്തതായി
ഇനിയാരുണ്ട്?
ഞാനും, നീയും!

## 514 മത്തങ്ങ

മത്തങ്ങത്തലയൻ
കുത്തിയിട്ട
വിത്തെല്ലാം
തത്തമ്മപെണ്ണ്
കൊത്തിതിന്ന്
ചത്തുപോയി!

## 515 മതിലുകൾ

മതില്ചാടി
പ്രണയിക്കാൻ
പറ്റാതെ
മതില് തുരന്ന്
പ്രണയിച്ച്
വിരുതരായി!

## 516 ഓണം

കാണം വിറ്റ്
ഓണമുണ്ണാൻ
കാണം
കണംപോലുമില്ല.
ചേണത്തിലല്ല
ചണത്തിലാണ്
കിടപ്പ്!

## 517 കതിരിട്ട പാടം

അതിരിട്ട്
വിതച്ച്
വളമിട്ട പാടം
പതിരില്ലാതെ
കതിരിട്ടു.
കളകൾ
പറിക്കാൻ
വളയിട്ട
കൈകൾ
ഇല്ലാതായി!

## 518 പൊട്ടിച്ചിരി

നിനക്ക് ചിരി പൊട്ടി-
ക്കാനറിയില്ലെങ്കിൽ
ചിതക്ക് തീ പിടിക്കുമ്പോൾ
കാലം പൊട്ടിച്ചിരിക്കും!

## 519 അമ്മാവൻ

വണ്ടാനത്ത് നിന്ന്
വണ്ടി പിടിച്ച്
ചെമ്മനത്തുള്ള
അമ്മാവൻ
ചെമ്മീൻ വാങ്ങി
കുമ്മനത്തുള്ള
അമ്മയെ കാണാൻ
പോയി.
കണ്ടപ്പോൾ രണ്ടുപേർക്കും
വിമ്മിഷ്ടം!

## 520 അമ്മത്തൊട്ടിൽ

അമ്മ തൊട്ടില്ല
അച്ചൻ തൊട്ടില്ല
കുട്ടി
അമ്മത്തൊട്ടിലിൽ
ചിരിച്ചു!

## 521 ഗുരുദക്ഷിണ

ഗുരു
മന്ത്രം ചൊല്ലി
പെരുവിരൽ
ദക്ഷിണയായി
ചോദിച്ചതൊരു
തന്ത്രം!

## 522 വാർദ്ധക്യം

ഒന്നിനും
വലിയ പിടിയില്ല,!
വടിയിൽ
ഒരു പിടിയില്ലാതെ
നടക്കാനും വയ്യ.
മടിപിടിച്ചൊരു
പ്രായം!
കടിപിടി കൂടും
പ്രായം!

## 523 കള്ളൻ

പൊന്നിട്ട
കഴുത്തിൽ
കണ്ണിട്ട് കള്ളൻ
വട്ടമിട്ട് പോലീസ്!

## 524 വയനാട്

മുട്ടിയിരുമ്മി
പാറക്കൂട്ടം
തട്ടീം മുട്ടീം
താഴോട്ട്.
ഊട്ടിയുറപ്പിച്ച
സ്വപ്നങ്ങൾ
കാട്ടിലെറിഞ്ഞ
കൂട്ടങ്ങൾ!
വിലാപമുയർന്ന
വയനാടേ
തൂകാനിത്തിരി
കണ്ണീരില്ല.
വയ്യ നാടേ
വയനാടേ!

## 525 മറ

മറപിടിച്ചു
മാറിയതും
മറഞ്ഞു
നിന്ന് പറഞ്ഞതും
മറന്നു പോയതും
മറ നീക്കി
പുറത്ത് വന്നു.!

## 526 കാത്തിരിപ്പ്

പുഴയും
മണ്ണും
വേരും
കാത്തിരിക്കുന്നു!

## 527 തനിച്ച്

തനിച്ചായിരുന്നു.
നിനച്ചിരിക്കാതെ
വിവാഹം കഴിച്ചു.
എന്നിട്ടും
തനിച്ചായി!

## 528 തണൽ

വെയിലേൽക്കുന്ന
മണലും
തണലിനായി
കൊതിക്കുന്നുണ്ടാവും!

## 529 കിനാവ്

മനത്തിൽ
കനത്തിൽ
കിനാക്കൾ.
അവ
കദനത്തിലേക്ക്!

## 530 പൊണ്ണത്തടി

കണ്ണൂരിലൊരു
കുഞ്ഞുണ്ണി
തിണ്ണയിലിരുന്ന്
കിണ്ണത്തപ്പവും
തണ്ണിമത്തനും
തിന്ന് തിന്ന്
പൊണ്ണത്തടി
വെച്ചു!

## 531 ഓട്

ഓടിട്ടൊരു വീട്ടിൽ
ഓടിക്കയറിയ
കള്ളനെ
ഓടിച്ചിട്ട് പിടിച്ചു
ഓട്ടക്കാരൻ ചേട്ടനും
ഓട്ടോക്കാരൻ ചേട്ടനും!

## 532 കയർ

കയറെടുത്ത്
കയറി.
കയറിലൊരു
കവിത കണ്ടു.
ഇനിയും സമയമുണ്ടെന്ന്
കരുതിയിറങ്ങി.
പങ്ക നിന്നു കറങ്ങി.

## 533 ആരാണെയാൾ?

വഴി പുഴയാക്കി
മല കടലാക്കി
വരുന്ന
ആരാണയാൾ?
കാലം കരുതി വെച്ച
കാലനാളയാൾ!

## 534 ഭൂമി

ആർക്കൊക്കയോ
ഞാൻ വാരിക്കോരി
കൊടുത്തു.
അവസാനം എന്റെ
പിടി വിട്ടു പോയി!

## 535 സ്വാതന്ത്ര്യം

സൂര്യപ്രഭ
മൂടിവെച്ചിട്ട്
മിന്നാമിനുങ്ങിന്റെ
വെളിച്ചത്തിനായി
പാരതന്ത്രർ!

## 536 പരട്ട

പത്തായത്തിലിരുന്ന്
മത്ത് പിടിച്ച്
' ചിരട്ട ' കവിത
ചിട്ടയോടെ എഴുതി ഞാൻ.
മനം പറഞ്ഞു
പട്ടു പോലെ.
ജനം പറഞ്ഞു
പരട്ട കവിതയെന്ന്!

## 537 പ്രണാമം

കാത്തിരുന്ന്
പ്രമാണം
ഒപ്പിട്ട്
വാങ്ങി.
ഇനി
പ്രണാമം!

## 538 കൂഷ്ടം

കൂഷ്ടം പിടിച്ച
ഭാവനയിൽ
ഇഷ്ടം പോലെ
കാവ്യങ്ങൾ.
ശിഷ്ടമുള്ള
ജീവിതത്തിൽ
ഇഷ്ടംപോലെ
ആസ്വദിക്കാം!

## 539 ചൊറിയൻ പുഴ

ചെറിയുടെ ഇടയിൽ
ചെറി മാന്തിയിരുന്ന
ചൊറിയൻ പുഴുവിനെ
ചൊറി മാന്തിയിരുന്ന
ഞാൻ, കണ്ടു
പുഞ്ചിരിച്ചു!

## 540 ജനൽ

ചില്ലിട്ട ജനൽ
പാളിയിലൂടെ
നീർച്ചാൽ.
ജനലിനും
കനലെരിയുന്നോ?

## 541 സ്വാതന്ത്ര്യം

കരയിൽ പിടയ്ക്കുന്ന
മീനും
കൂട്ടിൽ ചിലയ്ക്കുന്ന
കിളിക്കും
സ്വാതന്ത്ര്യം
ഒരുപോലെ!

## 542 വടി

പള്ളിക്കൂടത്തിൽ
വടിയടി ഒഴിഞ്ഞു
പൊടിയടി കൂടി.
ചട്ടം കുറഞ്ഞു
വട്ടം കറങ്ങി കുട്ടികൾ!

## 543 ചെളി

മഴകുറഞ്ഞു
വെള്ളം താഴ്ന്നു.
ചെളി കണ്ടു
തുടങ്ങി.
ഇനി അത്
വാരി
പരസ്പരം
എറിയണം!

## 544 എന്ത് ചേതം?

മല ഉരുളുന്നു.
കലയോ
വലയോ
തലയോ
അല്ലല്ലോ.
ആർക്കെന്ത്
ചേതം?
കാണാനെന്ത്
ചേല്!

## 545 കവിത

കരൾ
കനലുപോലെ
എരിയണം.
അടുക്കി വെച്ച
അക്ഷരങ്ങൾ
നെഞ്ചിൻ കൂടു
പൊളിച്ച്
വാക്കുകളായി
കവിതയായി
പൊട്ടിവിരിയും!

## 546 കള്ള്

കുള്ളൻ
കള്ളം പറഞ്ഞ്
കള്ള് കുടിച്ചു.
കിള്ളി കിള്ളി
ചോദിച്ചപ്പോൾ
കള്ളി വെളിച്ചത്തായി!

## 547 കാഴ്ച

മിഴിനിറഞ്ഞ്
മഴ കണ്ടു.
കുഴിയും
വഴിയും
പുഴയായത്
അറിഞ്ഞില്ല.

## 548 മഴ

മഴ പെയ്തു.
പുഴ
വഴിയറിയാതെ
വഴി
മാറിയൊഴുകി!

## 549 ഉരുൾ

ഉരുൾ പൊട്ടി!
പൊരുൾ
അറിയാതെ
ജീവിതം
ഇരുളിൽ ആയി!

## 550 പങ്കായം

പങ്കായവും
വെള്ളവും
തമ്മിൽ
തമ്മിൽ
കഥ പറഞ്ഞു.
കളി പറഞ്ഞു.
വഞ്ചി
കരയ്ക്കടുത്തു!

## 551 ജപ്തി

അച്ഛൻ
ജപ്തി നോട്ടീസ്
തൃപ്തിയായി
വായിച്ചു.
വൃത്തിയായി
മാവിൻ കൊമ്പിൽ
തൂങ്ങി.

## 552 കുടി

കുട്ടൻ കുടി
തുടങ്ങി.
കുടിയിൽ
അടിയും
തുടങ്ങി.
അരിയുടെ
അടിയിൽ
തീയും പുകയും
ഒടുങ്ങി.

## 553 എട്ടുകാലി

എട്ടുകാലി
വെട്ടത്തിൽ
വട്ടത്തിൽ
വലകെട്ടി.
അതിനുള്ളിൽ
ഇരയെ
വെട്ടിലാക്കി!
പെട്ടന്നൊരു
കാറ്റ് മുട്ടി മൂളി!
വല
എട്ടായി മുട്ടി
മുറിഞ്ഞു
പോയി.

## 554 മരണം

തിണ്ണയിൽ കിടന്ന
ഞാൻ വണ്ണം വെച്ചു.
പിന്നെ,
മണ്ണിലേക്കെടുത്തു!

## 555 മറക്കണം

മറക്കണം
വെറുക്കണം
ഒന്നൂടി
മറക്കാൻ
ഓർക്കണം!

## 556 കുഞ്ഞു പെങ്ങൾ

പെങ്ങൾ മൊട്ട്
പൊട്ടിവിരിഞ്ഞാൽ
പുതിയൊരു കാഴ്ചയാവുന്നു.
കുഞ്ഞു പെങ്ങൾ
ഒരുമിച്ചാൽ
ചിരിയും ചിന്തയും
സ്വപ്നവും ജീവിതം
മുഴുവനും!

557 **വഴി**

അനന്തമായി
പിന്നിലും
അനന്തമായി
മുന്നിലും!

558 **നിപ**

പനിയുമായി
നിപ വന്നു.
മഴ വന്നു.
മിഴിനിറഞ്ഞു!
പണിയില്ല.
കെണിയായി!

559 **ഉൾമുറിവുകൾ**

വേദനകൾ
വാക്കുകൾക്കപ്പുറം
ഉള്ളിൽ അടിഞ്ഞു
കൂടി, മനസ്സിന്റെ
മുറിവുകളായി
പിന്നെ,
ശവപ്പറമ്പിൽ
അവസാനിക്കുന്നു!

## 560 കുടുംബം

നമ്മുടെ
സ്വപ്നങ്ങൾക്കും
നൊമ്പരങ്ങൾക്കും,
സഹവാസത്തിനും
പ്രണയത്തിനും,
ഒരൊറ്റക്കുടിൽ,
കുടുംബം!

## 561 ഗർഭം

പ്രണയത്തിന്റെ
തിളക്കമാർന്ന
പ്രപഞ്ചത്തിൽ
വറ്റാത്ത സ്നേഹത്തിന്റെ
ഒരു പുതിയ കഥ.

## 562 മരണം

നമ്മളെ
ഭൂമി
മാടി വിളിക്കുമ്പോൾ
കരണം മറിഞ്ഞെത്തും
മരണം!

## 563 കർഷകൻ

വെയിലേറ്റ്
മണ്ണിനും
വയലിനും
ജീവൻ
കൊടുക്കുന്ന
കർഷകന്
വർഷകാലം
കണ്ണീർക്കാലം
കഷ്ടകാലം!

## 564 രമേശൻ

വാശി പിടിച്ച്
കീശയിലെത്തിച്ച
ഒരവാർഡ്
മോശമാക്കിയ
രമേശാ
മീശ താഴ്ത്തി
ദോശ തിന്നാൻ
വായോ.....

## 565 ഇടവം

ഇടിവെട്ടും
ഇടവപ്പാതിയിൽ
മുടിവെട്ടും കടയിൽ
വെടിവട്ടം പറഞ്ഞിരുപ്പായി!

## 566 ഇത്തിൾക്കണ്ണി

പടർന്നു കയറുന്ന
സ്നേഹം.
അതിനുള്ളിൽ
വിടർന്നു വരുന്ന
ചതി!

## 567 വട്ടപ്പൂജ്യം

വട്ടം ത്തിന്റെ
പൂജ്യമായാലും
പൂജ്യം ത്തിന്റെ
വട്ടമായാലും
ഒറ്റയ്ക്ക് നിന്നാൽ
വെറും വട്ടപ്പൂജ്യം തന്നെ!

## 568 എന്റെ നാട്

എന്റെ നാട്
എന്റെ സ്വപ്നം.
എന്റെ സ്വർഗ്ഗം.
ചിരിയും കരച്ചിലും
ഒരുമിച്ചു ചേർന്ന്
മനസ്സിൽ പൂക്കുന്ന
പൂവ്.

## 569 മഴ

മഴയേറ്റ്
വളർന്ന മരത്തിന്റെ
തണലേറ്റ്
വളർന്ന നമ്മൾ
അതിനെ വെട്ടാൻ
ഒരു മഴു
കരുതി വെക്കുന്നു.

## 570 കടല

കല
കടയിൽ പോയി
കടല വാങ്ങി
കലം വാങ്ങി
കടം വാങ്ങി!

## 571 എന്റെ സ്വപ്നങ്ങൾ

ഒരു രാത്രിയിലും
ഒരു പകലിലും
എന്റെ സ്വപ്നങ്ങൾ
പൂക്കുന്നില്ല.
അവ നൊമ്പരങ്ങൾ!:
നീലക്കടൽ താണ്ടി
കപ്പലുകളുടെ
യാത്രപോലെ
ചുവന്നതുടുത്ത
ആകാശം താണ്ടി
പക്ഷികൾ പറക്കുന്നപോലെ
നൊമ്പരം തന്ന്
പൂക്കാതെ പോകും.
എങ്കിലും
രാത്രിയും
പകലും ഞാൻ
കാവലിരിക്കും
എന്നെങ്കിലും
പൂത്തു കാണാൻ.

## 572 അച്ഛന്റെ ജന്മദിനം

ഇഷ്ടപ്പെട്ട ദിനം
കഷ്ടപ്പാടിനിടയിൽ
മറക്കുന്ന അച്ഛൻ.
ഷഷ്ടിയായാൽ
കഷ്ടിച്ചന്നോർക്കും.

## 573 മഴ

മഴയുടെ കഥ
പറഞ്ഞ് തീർന്നപ്പോഴേക്കും
മനസ്സിൽ മഴവെള്ളം
നിറഞ്ഞൊഴുകി.
വരണ്ട ആകാശം
മഴമുകിലിനായി
കാത്തിരുന്നു.

## 574 കാശ്

കാശ്കൊണ്ട്
കീശ നിറഞ്ഞാൽ
ആശ കൂടും,
വാശി കൂടും,
മീശ പിരിക്കും!
കീശ കീറിയാൽ
"ആശ" പോകും.
നിരാശ.
പിന്നെ ആകാശം!

## 575 മഴ നേരങ്ങളിൽ

സ്കൂൾ വിട്ട മഴ
നേരങ്ങളിൽ
പാതി മറഞ്ഞ
പാതയുടെ മറവിൽ
മഴ കരയുമ്പോലെ
ഞാനും കരഞ്ഞു,
കുടിലിൽ
മഴത്തുള്ളികൾ
പെയ്തിറങ്ങുന്ന-
തോർത്ത്!

## 576 പണം

കടലാസ് കണം
പണം.
ചേണത്തിൽ
സൂക്ഷിച്ച പണത്തിന്
പൂപ്പലിന്റെ മണം.
കല്ലറക്കാണത്തിന്റെ
പണത്തിന്
പിണവും!

## 577 ഞാനെന്ന ഒറ്റ മരം

ഞാനെന്ന ഒറ്റ മരം
മറ്റുള്ളവർക്ക്
തണൽ മരമായി
ഏകാന്തതയിൽ
നിഴലേകി
ജീവിതവേനലിന്റെ
ചൂട് ഒറ്റയ്ക്ക്
സഹിച്ച്
ഒറ്റയായി നിൽക്കുന്നു!

## 578 പഴയ പ്രണയം

പഴയ പ്രണയത്തിന്റെ
ഒരായിരം
രാഗങ്ങൾ
ഓരോ മൂളിപ്പാട്ടായി
മാഞ്ഞു പോവാതെ
മനസ്സിൽ!
വേദനയായി
ഹൃദയത്തോട്
ചേർന്ന് നിൽക്കുന്നു!

## 579 കല്ലറ

കല്ലറകൾ
കെട്ടിപ്പൊക്കി
അതിന്മേൽ
ചില്ലറ വീഴിക്കുന്ന
ഉള്ളറ രഹസ്യങ്ങൾ
കല്ലറയിൽത്തന്നെ!

## 580 മൂളിയ വരികൾ

ഒറ്റക്കിരുന്ന്
മൂളിയ വരികൾ
ഉച്ചക്കിരുന്ന്
ഉച്ചത്തിൽ പാടി.
ഉച്ചക്കിറുക്കെന്നു
മറ്റുള്ളോർ പാടി.

## 581 പൊരുത്തം

പൊരുത്തം
തിരുത്തിയൊരു
വിവാഹം.
' കരുത്ത് ' കാട്ടി
ദാമ്പത്യം!

## 582 പെരുത്ത്

പെരുത്ത്
കാട്ടി
പെയ്ത മഴയിൽ
കരുത്ത് കാട്ടി
മിന്നലും
ഇടിയും!

## 583 ഉലക്കേടെ മൂട്

ഉരലിന്റെ
കുഴിയിൽ
അരനാഴിയരി
അരനാഴികയകം
പൊടിയാക്കിത്തരും.
അതാണ്
'ഉലക്കേടെ മൂട് '!

## 584 പച്ച

കറുത്തവർ,
വെളുത്തവർ.
വെറും
'പച്ച'യായവരെ
കാണാനില്ല!

## 585 കറിവേപ്പില

ചെറിയൊരു
കറി വെച്ചാലും
കറി, ഉറിയിലെടുത്ത്
വെച്ചാലും
രുചി തന്നൊരു
കറിവേപ്പില
പുറത്ത്!

## 586 നിഘണ്ടു

പഴയ വാക്കുകളുടെ
സ്മാരകം.
പുതിയവാക്കുകളുടെ
പുണ്യ സ്ഥലം.
പണ്ഡിതന് ഭണ്ഡാരം.
പാമരന് വെറും
ചണ്ടി!

## 587 തോക്ക്

തോക്കില്ലേലും
തോൽക്കില്ല
ഞാൻ.
തക്കം നോക്കി
തോൽപ്പിക്കാനുമില്ല!

## ൫൮൮ സമയം

മയമില്ലാതെ
പായുന്നു
സമയം.
പായയിൽനിന്നും
പായവരെ
സമയം നഷ്ടപ്പെടുത്താത്തവർക്ക്,
നിത്യ സമ്പത്ത്!

## ൫൮൯ സംഗീതം

വരികൾ: ജീവിതം
രാഗം: ഹൃദയം
സംഗീതം: കണ്ണുനീർ
ആലാപനം: നീ

## ൫൯൦ ഉയരം

നടന്ന് കയറേണ്ട
പൊക്കമല്ല.
ഹൃദയം
ചിറകിട്ടടിക്കുന്ന
സ്വപ്നങ്ങളുടെ
പേരാണത്!

## 591 വളയും കുറിപ്പടിയും

മരുന്നിന്റെ
കുറിപ്പടിയും
സ്വർണവളയും
ചേർന്ന്, മണ്ണിലേക്ക്
മറഞ്ഞുപോകാതെ
കുറെയാളുകളെ
ജീവിതത്തിലേക്ക്
കൊണ്ടുവരാൻ
സഹായിച്ചിട്ടുണ്ട്!

## 592 മൺവീട്

മൺവീട്
ഒരു കുടിൽമാത്രമല്ല
മരണത്തിന്റെ
ഓർമപ്പെടുത്തൽ കൂടിയാണ്.
മണ്ണിലേക്ക്
മടങ്ങേണ്ടവർ!

## 593 വായ്പ

അയ്പ്പ് ചേട്ടൻ
ബാങ്കിൽനിന്നുമൊരു
വായ്പ്പെയെടുത്തു.
തിരിച്ചടവില്ലാതെ
ജപ്തിയായി
ജീവിതം കയ്പ്പേറി.
വൃത്തിയായി
ചായ്പ്പിൽ
തൂങ്ങിയാടി!

## 594 റോസപ്പൂവ്

പ്രണയത്തിന്റെ
പ്രതീകം.
നിരാശയുടെ
മുള്ളും!

## 595 അമ്മ

അമ്മയ്ക്ക്
സുഖം തന്നെ.
പിന്നെ എന്തിനീ
ലോകത്തെ
ഞാൻ
ഭയക്കണം!

## 596 കൂൺ

ചറപിറ
ചറപിറ മഴ
ചിറയിലൊരു
കൂൺ.
തവളക്കുഞ്ഞിനൊരു
കുട!

## 597 വിശപ്പ്

വിശപ്പ് വന്നാൽ
ഭാവനയും
മൗനം, വരികളും!
കിട്ടിയ സ്വാതന്ത്ര്യവും
ശൂന്യം!

## 598 ഓർമ്മകൾ

ഹൃദയത്താൽ
നല്കപ്പെട്ട
ഹൃദയത്താൽ
സ്വീകരിക്കപ്പെട്ട
ഓർമ്മകൾക്ക്
ഒരിക്കലും
പിരിഞ്ഞുപോകാൻ
സാധിക്കില്ല!

599 **യാത്ര**

തുടക്കം
കൈപിടിച്ച്.
ഒടുക്കം
വെറുംകൈയോടെ!

600 **തുടരും**

അടരുവാൻ
വയ്യെനിക്ക്.
അതിനാൽ
തുടരും!

601 **പശ**

കശപിശ
പറഞ്ഞ്
മീശയിലൊട്ടരുത്
കീശയിലുമിടരുത്,
വശംകെടും!

602 **കടൽ**

കടൽ തേങ്ങിയാൽ
മുക്കുവന്റെ
കുടലും തേങ്ങും!

## 603 കറുപ്പ്

ടയർ കറുപ്പ്
ടാർ കറുപ്പ്
കുയിൽ കറുപ്പ്
കാക്ക കറുപ്പ്
'കറുപ്പ്' തിന്നുന്ന
കുറുപ്പും കറുപ്പ്
കറുപ്പിനഴക്!

## 604 ഇന്ന്

ഈ ഇന്നല്ലേ
ഇന്നലെ
ഉണ്ടായിരുന്നത്,
നാളെ ഉണ്ടാവുന്നതും.
ഇന്ന് നാളെയാവുമ്പോൾ
ഇന്നുള്ള ഞാൻ
നാളെ ഉണ്ടാവുമോ?

## 605 വളർച്ച

മരങ്ങൾ വളരുമ്പോൾ
വേരുകൾ ഭൂമിയിലേക്ക്.
മനുഷ്യൻ വളരുമ്പോൾ
ചിന്തകൾ ആകാശത്തേക്ക്!

## 606 സിസ്സേറിയൻ സൃഷ്ടികൾ

വേദനകൂടാതെയുള്ള
സൃഷ്ടികൾ
പ്രസവത്തിൽ മാത്രമല്ല,
സാഹിത്യത്തിലും
കണ്ട് തുടങ്ങി,
സിസ്സേറിയൻ
സൃഷ്ടികൾ!

## 607 തണൽ

മരം
തണലിനെ
പിടിച്ച് വെച്ചിരിക്കുന്നു.
എന്നിട്ടും
മരം
തണലിനായി
കൊതിക്കുന്നു!

## 608 പേര്

പേരിലെന്ത് പോര്?
പേരിനെന്തിന് പോര്?
പേറണമൊരു പേര്,
പേര് പേരയ്ക്കയല്ലാത്തൊരു
പേര്!

## 609 കാല്

കാലത്തൊരു
കാലടിക്കാൻ
കാലണയില്ലാതെ
കോലായിൽ
കാലും നീട്ടിയിരുന്നു!

## 610 പൂച്ച

പൂച്ച കുറുകെ
ചാടിയാൽ
കഷ്ടകാലമാണെന്ന്!
അതൊഴിയാൻ
പൂച്ച തിരികെ
ചാടുന്നതുംകാത്ത്
നിന്നൊരു കാലം!

## 611 കട്ടൻചായ

കുട്ടപ്പൻ
കട്ടൻചായ
കുടിക്കാൻ
കട്ടിലിൽനിന്നും
എഴുന്നേറ്റപ്പോൾ
തൊട്ടിലിൽ കിടന്ന
കുഞ്ഞ് കരഞ്ഞു!

## 612 ശലഭം

ശലഭം
ഭൂവിൽ
സുലഭം!

## 613 മുഖംമൂടി

ചിരിയുടെ
മുഖംമൂടി
അണിഞ്ഞവന്റെയും
മുഖം മൂടി!

## 614 ഇന്നത്തെ യുവത്വം

വെടിവട്ടം
പറഞ്ഞ് പറഞ്ഞ്
പലവട്ടം
വട്ടം വട്ടം
പുകച്ചുരുൾ
മുകളിലേയ്ക്ക്!

## 615 ചട്ടകം

സ്വയം മറിയാൻ
കഴിയാത്തവയ്ക്ക്
ഒരാശ്വാസം!
തീയിലിട്ട് പഴുപ്പിച്ചാൽ
ഭയമേറും കുട്ടികൾക്ക്!

## 616 മഴ

വഴിയിൽവെച്ച്
കണ്ടിട്ടും
ഒന്നും മൊഴിയാതെ
വഴിമാറിപ്പോയവൻ,
മഴ വന്നപ്പോൾ
ഓടിക്കേറി
എന്റെ കുടക്കീഴിൽ!

## 617 ഫണ്ട്

ഫണ്ടുണ്ടാക്കാൻ
പിരിവ് നടത്തി.
ഗുണ്ടുണ്ടാക്കി
പൊട്ടിച്ചിതറി!

## 618 വളക്കട

വളക്കടയിൽ
വളംമില്ല,
അതിനാൽ
വിളവില്ല.
മറ്റൊരിടത്ത്
വളക്കടയിൽ
വളയിട്ട
കൈകളുടെ
വിളയാട്ടം!

## 619 അകത്തേക്ക് തുറക്കുന്ന വാതിൽ

പുറത്തേക്ക്
തുറക്കുന്ന വാതിൽ
ലോകം കാണിച്ച്
തരുന്നു.
അകത്തേക്ക്
തുറക്കുന്ന വാതിൽ
സത്യത്തെ കാണിച്ച്
തരുന്നു, നമ്മളെയും!

## 620 'ഒറ്റമൂട്ട്'

വട്ടിപ്പലിശക്കാരൻ
വട്ടിട്ട സോഡാ
കുടിക്കുമ്പോൾ,
തുട്ടിനായി നീട്ടിയ
കരങ്ങൾ
തട്ടിമാറ്റിയകലുന്നു!

## 621 കൂളർ

കളറുള്ളൊരു
കൂളർ വാങ്ങി.
കോളർ പൊക്കി
മുന്നിലിരുന്നു.
തളിർമേനിയൊന്ന്
കുളിരായി!

## 622 മയിൽ

വെയിലേറ്റ്കിടന്ന
മൈൽകുറ്റിയിലൊരു
മയിൽ!
കൈ പൊക്കിയപ്പോൾ
പൊയിലിലേക്കത്
പറന്നു.
പൊയ് അല്ല!

## 623 ഗാന്ധി

സത്യവും സ്നേഹവും
വിതയ്ക്കുന്ന
വഴിയിലിന്ന്
ഗാന്ധി തനിച്ച്!
വടിയും
വട്ടക്കണ്ണടയുമൊക്കെ
നമുക്കന്യം!

## 624 അക്ഷരം

അരി തേടി
നടന്നവൻ
അക്ഷരം
കണ്ടെത്തി.
അതിജീവനത്തിന്
അരിയേക്കാൾ
ഉത്തമമെന്ന്
തോന്നി!

## 625 കഴുത

നിശബ്ദതയാണ്
അതിന്റെ അറിവ്.
സഹനമാണ് അതിന്റെ
ശക്തി.
ഭാരം പങ്കിടുന്നതാണ്
അതിന്റെ കാരുണ്യം.
കണ്ട് പഠിക്കൂ മനുഷ്യാ!

## 626 പെൻഷൻ

അന്ന് ഫയലിൽ
ഇന്ന് വയലിൽ.
പെൻഷനായാലും
ടെൻഷൻതന്നെ!

## 627 ഉള്ളം

എള്ളോളം
കള്ള്
പള്ളയ്ക്കകത്ത്
ചെന്നാൽ
ഉള്ളം നിറയെ
തുള്ളൽ തുടങ്ങും!

## 628 പുഞ്ചിരി

ചുണ്ടുകൾ
വിടർത്തൂ.
വാക്കുകളെക്കാളും
പ്രകാശം
വിടരും!

## 629 കണ്ണാടി

കണ്ണാടിയുടെ
മുഖം കാണാൻ
കണ്ണാടിയിൽ
നോക്കിയ എന്റെ
മുഖം കണ്ട്,
കണ്ണാടി പരിഭ്രമിച്ച്
താഴെ വീണ്
പൊട്ടിച്ചിതറി!

## 630 അടവ്

പല അടവുകളിൽ
ജീവിതം പടവുകൾ കയറി.
ബാങ്കിലെ 'അടവി'ൽ
വിടവായി.
ഒടുവിൽ
ജീവിതം
തടവിലായി!

## 631 കൊറ്റി

വെള്ളം വറ്റാൻ
കൊറ്റി
കുറ്റിയിൽ
കാത്തിരുന്നു!

## 632 അസ്ത്രം

അസ്ത്രം തൊടുത്ത
നാളുകളിൽ
വസ്ത്രമില്ലായിരുന്നു.
വസ്ത്രം വന്നപ്പോൾ
അസ്ത്രത്തിനു പകരം
സ്ത്രോത്രമായി!

## 633 മോഹം

ചെവിയിലിരിക്കുന്ന
ചെമ്പരത്തിക്കുമൊരുമോഹം
ചിത്തിരദിനത്തിലെ
അത്തപ്പൂക്കളത്തിൽ
തുമ്പപ്പൂവിനോടൊന്നു
കിന്നരിക്കാൻ!

## 634 എന്റെ യാത്ര

എൻ യാത്ര ആരംഭിക്കും മുൻപേ
ആകാശം തെളിയുന്നു.
പുഴകളും മലകളും
താഴ്വാരങ്ങളും എനിക്കായി ഒരുങ്ങുന്നു
സുന്ദരപ്രകൃതിയായി.

## 635 ആഘോഷം

കൊട്ടാനൊരു
ചെണ്ടയും
പൊട്ടാനൊരു
പടക്കവും
മുട്ടാനൊരു
കൂട്ടവും.

## 636 ശവക്കുഴി

നിറവും
മണവും
മതവും
ജാതിയുമില്ലാത്ത
അസ്ഥികൾ
തമ്മിൽ
കെട്ടിപ്പിടിച്ചുറങ്ങി!

## 637 വെള്ളി

നിനക്ക്
വെള്ളിക്കൊലുസ്
കളഞ്ഞുപോയതിന്റെ
വേവലാതി.
എനിക്ക്
വെള്ളിയാഴ്ചകൾ
കടന്ന് പോകുന്നതിന്റെയും!

## 638 വികൃതി

പ്രകൃതിയുടെ
വികൃതികൾ
തകൃതിയിൽ!

## 639 അടിയും വടിയും

അടി തെറ്റിയാൽ
ആനയും
വടി തെറ്റിയാൽ
വൃദ്ധരും വീഴും!

## 640 ഒച്ച്

കച്ചിയിൽ
ഒച്ചിഴയുന്നു.
കൊച്ചിരുന്ന്
ഒച്ചയിൽ
കരയുന്നു.!

## 641 വാശി

കാലം
വാശി
കാണിച്ചു.
ഞാൻ
കാശിക്ക്
പോയി.

## 642 നടപ്പ്

പറഞ്ഞതെല്ലാം
നടപ്പിലായാൽ
കിടപ്പിലാകുന്നതിന് മുൻപ്
നടന്നു കാണാം
നടന്നത് കാണാം!

## 643 കര

കര കവിയും.
കവിയും കരയും!

## 644 കഥ

പുഴ,
മഴയുടെ
കഥ പറഞ്ഞ്
പറഞ്ഞ്
കര കവിഞ്ഞു.

## 645 ഇരുപതുകൾ

പതിരുകൾ
കതിരുകൾ
കരുതലില്ലാത്ത
വകതിരുവില്ലാത്ത
മൊതലുകൾ !

## 646 തേരോട്ടം

സ്വന്തം മനസ്സിന്റെ
തേരോട്ടം
അപരന്റെ മനസ്സിൽ
വേരോട്ടം!

## 647 യാത്ര

തിരമാലകൾ
ആശ്ലേഷിക്കുന്ന
കടലിനു അപ്പുറവും
ഇപ്പുറവും
ആത്മാവ് ഒഴുകുന്നു.

## 648 കടം

വീട് കടം
കടം വീടും!

## 649 വടു

വിടപറഞ്ഞ
വിടവിൽ
വലിയൊരു
വടു!

## 650 യാത്ര

ഞാൻ
വരച്ച
വഴിയേ
ഞാൻ
തനിയെ!

## 651 കരുത്

കത്തുകളിൽ
ഒരുപാട് കുത്തുകൾ,
കുത്ത് വാക്കുകൾ!

## 652 ഓർമ്മകൾ

പകൽ വെട്ടം
ഓർമ്മകൾ
പലവട്ടം
ചിതലരിച്ചു.

## 653 തിരി

പലവട്ടം തിരിച്ചാൽ
ഒരുവട്ടം തുറക്കാം.
പലവെട്ടം കാണാൻ
തിരിയൊന്നു മതി.

## 654 നാറാണത്ത് ഭ്രാന്തൻ

ഇഷ്ടപ്പെട്ട ഉരുളൻകല്ല്
കഷ്ടപ്പെട്ട് ഉരുട്ടികയറ്റി
നാറിയ വിശ്വാസങ്ങളെ
ഉരുട്ടിയിട്ട്
രായിരനെല്ലൂർ മലയിലെ
രാവിലിരുന്ന് പൊട്ടിച്ചിരിച്ച
ഭ്രാന്തൻ!

## 655 മഴ

മഴയെത്തി.
ഇനി
പുഴ നിറയെ
തുഴയെറിയാം!

## 656 പ്രണയപ്പക

ചുറ്റും
നോട്ടമിട്ട്
വട്ടമിട്ടു.
കിട്ടിയില്ല.
പിന്നെ,
ചുമ്മാ
കെട്ടിയിട്ട്
വെട്ടിയിട്ടു!

## 657 അമ്മ

ഇരുണ്ട രാത്രിയിൽ
ചുരുണ്ടു കൂടിയ
സ്വപ്നങ്ങളിൽ
ഉരുണ്ടു കൂടിയ
കണ്ണുനീർ!

## 658 റൗഡി

മീശ പിരിച്ചും
കരം തിരിച്ചും
കരം പിരിച്ചു.

## 659 കോടീശ്വരൻ

കോടീശ്വരനും
കോടി പുതച്ച്
ഈശ്വരനിലേക്ക്!

## 660 ഒറ്റപ്പെട്ട മഴ

ഒറ്റപ്പെട്ടവർക്കായി
ഒറ്റപ്പെട്ടസ്ഥലങ്ങളിൽ
ഒറ്റപ്പെട്ട മഴ!

## 661 ചാറ്റൽ

മുറ്റം നിറഞ്ഞ
ചാറ്റൽ മഴയിലും
കുറ്റം പറഞ്ഞ്
മറ്റൊരു 'ചാറ്റൽ'!

## 662 പൊട്ട്

പൊട്ട് കുത്തിയ
കണ്ണാടി
വീണ് പൊട്ടി.

## 663 പിച്ച

കച്ചയുടുക്കവാനില്ലാതെ
പിച്ചള പാത്രത്തിൽ
പിച്ചയെടുക്കുന്ന
പിച്ചക്കാരൻ.
പിച്ചള പാത്രത്തിൽ
ഒരു പച്ചക്കുതിരയും!

## 664 കമ്പം

കമ്പക്കെട്ട് കാണാൻ
കമ്പമെട്ടിൽ പോയി.
കമ്പനം കൊണ്ടെന്റെ
കമ്പം പോയി.

## 665 കടം

കടം
ശകടം
വികടം
അവകടം
ഇവ
അപകടം!

## 666 കാഴ്ച

ടാറിട്ട വഴിയിൽ
വേറിട്ട കാഴ്ച
കാണാൻ
വാവിട്ട കുട്ടി!

## 667 കവി

ക രയാനും
വി തുമ്പാനും
കവി!

## 668 ജനനം

കുട്ടി കരഞ്ഞു
അമ്മ ചിരിച്ചു.
അച്ഛന് തീ!

## 669 ശ്വാസം

ഉണ്ടെങ്കിൽ
ആശ്വാസം!
ഇല്ലെങ്കിൽ
വരുമെന്ന്
വിശ്വാസം!

## 670 കള

കള പറിച്ചു കള
വിള വളരട്ടെ!

## 671 നിഴൽ

ഒറ്റവരി പാതയിലൂടെ
ഒറ്റയ്ക്ക് നടക്കുമ്പോഴും
ഒറ്റാത്തതായി
ഒന്നേയുള്ളു.
നിഴൽ!

## 672 അരളി

അരളിപ്പൂ
മനം മയക്കി
കരൾ മയക്കി
മൗനം
മരണം!

## 673 ചൂട്

കാട് തെളിഞ്ഞു
സൂര്യൻ തെളിഞ്ഞു
നാട് കരിഞ്ഞു!

## 674 വല

വല വിടർന്നു
ജലം മുറിഞ്ഞു
മീൻ കുടുങ്ങി!

## 675 കലം

കോലം വരച്ചാലും
കോലം വെച്ചാലും
കലം എന്നും ശൂന്യം!

## 676 കണ്ണട

കണ്ണ് തുറന്നിരിക്കുമ്പോഴും
കണ്ണട.
കണ്ണടഞ്ഞാലും
കണ്ണട!

## 677 ഒരടി

ഓടിച്ചിട്ട്
ഒരടിതന്ന
അമ്മക്കിപ്പോൾ
ഒരടി നടക്കാൻ
വയ്യ!

## 678 കടലും കരയും

തീരത്തു
തലതല്ലി
കടലും
കരയും!

## 679 ബാല്യം

പൊട്ടാസ്സിന്റെ
മണം!

## 680 കഥ

ഒരു കഥയും
ഇല്ലാത്തവൻ!
കഴിഞ്ഞു!

## 681 മഴ

മഴ ജനിച്ചു,
പുഴ മരിച്ചിട്ടില്ല!

## 682 ചട്ടി

ചട്ടി നടന്ന്
ചിട്ടികൂടി
വാങ്ങിയ ചട്ടി
പൊട്ടിപ്പോയി!

## ൬൮൩ കടത്ത് തോണി

കടത്ത് തോണിക്ക്
പുഴ നീന്തി കിടക്കാൻ
പങ്കായം എത്ര പ്രാവശ്യം
വെള്ളത്തിൽ മുങ്ങി പൊങ്ങി എന്നറിയില്ല!

## ൬൮൪ കിണർവെള്ളം

കയറിൽ കറങ്ങി
വീഴുന്ന തൊട്ടിയിൽ
കയറി വരുന്ന വെള്ളം
മധുരം!

## ൬൮൫ മരം

നല്ലത് ചെയ്താൽ
നന്മമരം.
കാര്യം നേടാൻ
സമരം.
ഉറഞ്ഞു തുള്ളാൻ
കോമരം!

## ൬൮൬ രൂപം

രൂപം മനോഹരം.
രൂപയില്ലേൽ
ഒന്നിനും
ഒരു രൂപവും ഇല്ല.

## ൬൮൭ വെളിച്ചം

അവൾ
വാതിൽ
തുറന്നിട്ടത്
അല്പം
വെളിച്ചത്തിനു
വേണ്ടിയായിരുന്നു!

## ൬൮൮ കവി

രവി മുതൽ
സന്ധ്യ വരെ
മനസ്സിന്റെ
പവിയിൽ
ചിന്തകൾ
വേവിച്ചെടുത്ത്
തവിയിൽ
വിളമ്പനാവാതെ
കവി!

## 689 ദോശ

അരിക് കരിഞ്ഞൊരു
ദോശയെ
വയറു കരിഞ്ഞൊരു
ചേട്ടൻ
വരിഞ്ഞൊന്നു കീറി.
മൊരിഞ്ഞൊരു വശം
ഒറ്റയടിക്കകത്താക്കി!

## 690 ചാരം

പാരിൽ ആ ചാരം
വേണ്ട.
വേണ്ടാത്ത ആചാരം!

## 691 അമ്മി

അമ്മയും അമ്മിയും
തമ്മിലിടഞ്ഞു.
മിണ്ടാട്ടമില്ല,
കൊണ്ടാട്ടമില്ല.
ചമ്മന്തി കമ്മി.

## 692 ഡ്രാന്ത്

ചെളിനിറഞ്ഞ
കീറിപ്പറഞ്ഞ കളസവും
ഉടുപ്പും ഇട്ട്
ചെമ്പരത്തിപ്പൂവും ചൂടി
ആരെയും പേടികൂടാതെ
മനുഷ്യർക്കിടയിലൂടെ
നടക്കാം.
സുഖം!

## 693 തേങ്ങൽ

കോടാലിയുടെ
കൈപ്പിടി കണ്ട്
മരം തേങ്ങി!

## 694 കാക്ക

കലിതുള്ളും കാക്കേ
ബലി നാളിൽ പറന്നു വരൂ!

## 695 ക്ഷ

`ക്ഷ' വരെച്ചെഴുതിയ നാൾ
ക്ഷമ കെട്ടു.
എൻ കുഞ്ഞിളം കൈ
കക്ഷത്തിലെടുത്തു വെച്ചു
ഞാൻ
ക്ഷണികനേരം,
അക്ഷമയായ
അമ്മയുടെ മുൻപിൽ!

## 696 കള്ള്

ചിലരിൽ
എള്ളോളം
കള്ളകത്തു
ചെന്നാൽ
ഉള്ളോളം
കള്ളങ്ങൾ
ആടിയുലയും!

## 697 ഇടവഴി

നമ്മൾ നിന്ന
ഇടവഴിയിലെ
കാറ്റിപ്പോൾ
അതുവഴി
വീശാറില്ലത്രേ!

## 698 വസന്തം

മഴത്തുള്ളികൾ
പുഴയിൽ
വസന്തം
തീർക്കുന്നു.

## 699 സ്വർണം

മഞ്ഞ ലോഹത്തിന്റെ
വില കൂടുംതോറും
കഴുത്ത്
ഇറുകുന്നു

## 700 കുളി

പകൽ മുഴുവനും
ഭൂമിക്ക് ചൂട് കൊടുത്ത്
ആകാശത്ത് ചുവന്ന ചായം പൂശി
സൂര്യൻ കടലിൽ
കുളിക്കാനിറങ്ങുന്നു!

## 701 നാദം

മരത്തിൽ
മരണത്തിൻ
മഴുനാദം.
ചില്ലയിൽ
ഭയത്തിൻ
കിളിനാദം!

## 702 മിഴി

മാനം കറുത്താൽ
പുഴ നിറയും.
മനം കറുത്താൽ
മിഴി നിറയും.

## 703 ഇരുട്ട്

മെഴുകുതിരിയും
ഇരുട്ടും
ഒരുമിച്ച്
എരിയുന്നു,
പരസ്പര
വിശ്വാസത്തോടെ!

## 704 വെയിൽ

വെയിൽ കാഞ്ഞ്
വയൽ തണൽ
വിരിക്കാനാവാതെ!
വെയിൽ കാഞ്ഞിട്ടും
മരം തണൽ വിരിച്ച്!

## 705 അഴക്

അഴകുള്ള മുഴുത്തിങ്കൾ പോലെ
അഴകുള്ള മുഖവും
അഴൽ നിറഞ്ഞ മുഖവും
ഒരിക്കലഴുകും!

## 706 കാരകിരിപ്പ്

ചുറ്റും പതം പറഞ്ഞു
നിൽക്കുന്ന ആളുകൾ.
കട്ടിലിനും നിരാശ!.

## 707 മുകിൽ

മഴമുകിൽ
തുകിൽ കൊട്ടി
മനതാരിൽ
തുടികൊട്ടി
മനമുകളിൽ
ഇടിവെട്ടി!

## 708 മന്ത്രവും തന്ത്രവും

തന്ത്രം പഠിച്ച്
മന്ത്രിയായി
കുതന്ത്രം
മെനയുന്നു.
മന്ത്രം പഠിച്ച്
തന്ത്രിയായി
ദേവമന്ത്രം
നൽകുന്നു!

## 709 കുട

മഴ കാത്ത് കുടയും
കുട കാത്ത്
കെട്ട്യോളും
കുട്ട്യോളും!

## 710 കാലവും കാലനും

കോലം മാറി
ചേലുമാറി
ഓരോരോ കാലത്തും
കാലമിങ്ങെത്തും.
ഒടുവിൽ കാലനും!

## 711 കണി

അന്ന് കണിവെച്ച്
കാണിക്കും.
ഇന്ന് കെണിവെച്ച്
വീഴിക്കും.

## 712 ആട് ജീവിതം

ദുഖവും
സന്തോഷവും
നിറഞ്ഞ
ജീവിത വേദിയിൽ
നമ്മൾ
ആടിത്തിമിർക്കുന്നു.

## 713 ഉറുമ്പുകൾ

വരി വരിയായി
വരമ്പിലെ
ഉറുമ്പുകൾ
കുറുമ്പുകാട്ടാൻ
പറമ്പിലേക്ക്!

## 714 വലയും വിലയും

വലയിട്ട് പിടിച്ച മീൻ
കവലയിലിട്ട് വിറ്റു.
വിലകുറച്ചു വിറ്റു.
വിലയില്ലാതായി.

## 715 തുള്ളി

ഒരു തുള്ളി
ഉറഞ്ഞു തുള്ളി
ഇരു തുള്ളി
ഇരുന്നു തുള്ളി
പലതുള്ളി
അലറിത്തുള്ളി
പിന്നെ
പേമാരി!

## 716 വിളവ്

വിളവിൽ
അളവ് വേണം!
ചുളുവിൽ
കളവ് വേണ്ട!

## 717 കറുപ്പും വെളുപ്പും

മേഘം കറുത്തു
കടൽ കറുത്തു
തീരം വെളുത്തു
കുടൽ കരിഞ്ഞു!

## 718 പുല്ല്

'വല്ലഭന് പുല്ലും
ആയുധം '.
വല്ലവന് കല്ലും!

## 719 കടി

ചായക്ക് ചെറുകടി
മുരുമുരുപ്പ്.
നായക്ക് ചെറുകടി
മുറുമുറുപ്പ്!

## 720 പടി

പടി കൊടുത്താൽ
പല പടികൾ കയറാം.
പടിവാതുക്കൽ
പിടിക്കപ്പെട്ടാൽ
അടി തെറ്റി
പടിയിറങ്ങാം.

## 721 മടക്കം

ഒടുക്കം
മടക്കം
ഇനി
മടക്കാം!

## 722 പെസഹ

ചാറ്റ് നടത്തി
വയറ്റിലാക്കി
മാറ്റി നിർത്തി
ഒറ്റിയ ഒരു രാവ്!

## 723 വിശ്വാസം

അരക്കിട്ട് ജീവിക്കാൻ
വിശ്വാസം.
കുടുക്കിട്ട് മരിക്കാൻ
അന്ധവിശ്വാസം!

## 724 വരൾച്ച

എലി പുസ്തകം
കരളുന്നു.
എന്റെ മസ്തകം
വരളുന്നു.

## 725 എന്നാലും

ചിലത് മറവിൽ
കാലം മറച്ചത്!
ചിലത് മതിലിൽ
ചിതൽ മറച്ചത്!

## 726 തോക്ക്

ഒന്നോർത്താൽ
തോക്കില്ല
ഒരിക്കലും.

## 727 സൂര്യൻ

കൊടും ചൂടിനെപ്പെറ്റി
സൂര്യൻ കഥ പറയുന്നു.
മനസ്സ് വിണ്ടുകീറി.

## 728 കുടുക്ക്

പഴുതൊരെണ്ണം
മാറിയിട്ട കുടുക്ക്
മടക്കായി.
വെടക്കായി.

## 729 പാണ്ട്

കലഹിക്കാൻ വെളുപ്പും
വിലപിക്കാൻ കറുപ്പും.
വെളുക്കാൻ തേച്ചത്
പാണ്ടായി,
കറുപ്പായി!

## 730 ലോക ജലദിനം

നീരാടുവാൻ
നീരില്ല.
നീര് നാര് പോലെയായി.
കോരിയെടുത്ത്
ചെരുവത്തിലൊഴിക്കാനുമില്ല!

## 731 കറുപ്പ്

കറുത്തവരെ കണ്ടാൽ
ദൈവത്തിന്റെ നിറം കറുപ്പ്.
വെളുത്തവരെ കണ്ടാൽ
ദൈവത്തിന്റെ നിറം
വെളുപ്പ്.
എന്നിട്ടും ചിലരുടെ ചിന്തകൾ
"കറുപ്പ്" തിന്നപോലെ!

## 732 ചിമ്മിനി

'പുകവലി
ആരോഗ്യത്തിന്
ഹാനികരം'
ചിമ്മിനി പുക
പുറത്തേക്ക്
വിടുന്നു!

## 733 പുഷ്പചക്രം

വന്നപ്പോൾ
പുഷ്പമാല
കിട്ടിയില്ല.
പോയപ്പോൾ
പുഷ്പചക്രം
തന്നെ കിട്ടി!

## 734 വെയിൽ

കടൽ വറ്റുന്നു
കുടൽ കരിയുന്നു
നാവ് വരളുന്നു
പുഴകൾ വരളുന്നു
ഇലകൾ കരിയുന്നു.
ആരൊക്കെയോ
പണം വാരുന്നു.

## 735 കോലം

മുറ്റത്തും കോലങ്ങൾ
പാടത്തും കോലങ്ങൾ
എന്നിട്ടും കുറെ
പട്ടിണിക്കോലങ്ങൾ!

## 736 ആശ

ആശകൾ മനസ്സിൽ
അതിരിട്ടില്ലെങ്കിൽ
അതിരില്ലാത്ത ആകാശത്തൂടെ
ചിറകുകൾ കുഴയാതെ
പറക്കാം .

## 737 ചുമ്മാ

മനം മയക്കുന്ന
ജീവിതം ആഘോഷിക്കുമ്പോൾ
മനം മടുക്കുന്ന
ജീവിതവും ആഘോഷിക്കുക.
എങ്കിൽ തരം
കിട്ടുമ്പോൾ
മരണം ഒഴിവാക്കാം.

## 738 ദ്രുതകവിത

പത്തുമിനിറ്റിൽ
പത്തായത്തിലെ
ഭാവനകൾ
പുറത്തെടുത്ത്
പത്തുവരികൾ ഞാനുമെഴുതി .
പരട്ടക്കവിതയെന്നു
ജനവും വിധിയെഴുതി !

## 739 മുത്തം

ആരൊക്കെ തടഞ്ഞു
വെച്ചാലും
നുരയും പതയും
തീരത്തെ മുത്തമിടും

## 740 വേലി

പ്രണയത്തിന്റെ നേർ സാക്ഷി.
വളകിലുക്കവും പൊട്ടിച്ചിരികളും
ഒരുപാട് കേട്ടിട്ടും
കണ്ണുനീർ തുള്ളികൾ ഒരുപാട് കണ്ടിട്ടും
ചാടിപോയവരെ കണ്ട് നിസ്സഹായരായ
കുറെ മരക്കുറ്റികൾ .

## 741 അച്ഛൻ

മകൻ അച്ഛനാകുമ്പോൾ മാത്രം
മഹാനാകുന്ന മനുഷ്യൻ .
അപ്പോഴേക്കും അച്ഛനൊരു
ഓർമയായി മാറീട്ടുണ്ടാവാം .
എങ്കിലുമൊരു പൗർണമി
തെന്നലിൽ മകനെ തലോടാൻ
നറുമണമായി വരുമച്ഛൻ !

## 742 ഒറ്റയടി പാത

ഒറ്റയടിപ്പാതയിലൂടെ
ഒറ്റയ്ക്ക് നടന്നു നടന്നു
കരുത്തു
നേടിയവനെ ഒറ്റയടിക്ക്
വീഴ്ത്താൻ ഒരു കൊമ്പനും
സാധ്യമല്ല !

## 743 ആത്മഹത്യ

ജീവിതത്തിലെ
ഉത്തരം കിട്ടാത്ത ചോദ്യത്തിൽ
ഉത്തരത്തിനായി
ഉത്തമൻ
ഉത്തരത്തിൽ തൂങ്ങുന്നു .

## 744 എഴുത്തുകാരൻ

ആകാശത്തിന്റെ ചുവട്ടിൽ
ഭാവനയുടെയും
ഓർമകളുടെയും ഇടയിൽ
നട്ടം തിരിയുന്നവൻ .
അവസാനം ആഗ്രഹിക്കാത്തതെല്ലാം
എഴുതി കൂട്ടുന്നവൻ .

## 745 അന്ധൻ

രാത്രിയിലെ ഇരുട്ടിനെ
കരുത്താക്കി
പകലിലെ 'ഇരുട്ടി' നെ നേരിടുന്നവൻ!
നിഴൽ അജ്ഞാതമായവന്
ആരെ ഭയപ്പെടണം !

## 746 പാട്ട്

ജീവിതത്തോടും മരണത്തിനോടുമുള്ള
അടങ്ങാത്ത ആസക്തിയിലേക്ക്
നയിക്കുന്ന ശബ്ദം, ശ്രുതി
താളം, ലയം.

## 747 അലാറം

അലറുന്ന അലാറം
തകരുന്ന സ്വപ്നങ്ങൾ
വിറയ്ക്കുന്ന കണ്ണുകൾ
ശപിക്കുന്ന മനസ്സ്
അലാറം കഠിനം.

## 748 ചുവർ

നിശബ്ദമായി ഒറ്റയ്ക്ക്!
നിറം മങ്ങിയ ചുവരിൽ
ചിതൽ ചിത്രം വരച്ചെങ്കിലും
ഇന്നും
ചിരിയുടെയും കരച്ചിലിന്റെയും
പ്രതിധ്വനികൾ!

## 749 നിശബ്ദത!

ചിന്തകളും
സ്വപ്നങ്ങളും
അവയുടെ
സ്ഥാനം
കണ്ടെത്തുന്ന ഒരിടം!
ശാന്തമായ
ഹൃദയവും
ശബ്ദിക്കുന്ന
മനസ്സും!

## 750 സുഹൃത്

ഞാൻ മലകയറുമ്പോൾ നീ ഒപ്പം
ഉണ്ടായിരിക്കണം .
ഞാൻ തണൽ കൊതിക്കുമ്പോൾ
നീയൊരു മരമായി തീരേണം .
തിരിച്ചിറങ്ങുമ്പോൾ ഞാൻ
നിന്നെ
എന്റെ തോളിലേറ്റും .

## 751 പെണ്ണും കണ്ണാടിയും

പെണ്ണൊരുവൾ
കണ്ണാടി മുന്നിൽ
പൊന്നാട ചുറ്റി
ചമഞ്ഞു നിന്നു.
കണ്ണായ കണ്ണെല്ലാം
പെണ്ണിന്റെ കണ്ണിൽ!
പെണ്ണിന്റെ കണ്ണ്
മണ്ണും ചാരി
നിന്നവന്റെ കണ്ണിൽ!

## 752 ആണി

സൂക്ഷിച്ചോ!
തലക്കടിയേറ്റാൽ
തുളഞ്ഞുകയറും.

## 753 കപ്പിയും കയറും

കയറിന്റെ ഉയർച്ച താഴ്ചകളിൽ
തിരിഞ്ഞ് തിരിഞ്ഞ്
തേഞ്ഞ് പോയ
കപ്പിക്ക്
തേഞ്ഞു തേഞ്ഞു
പൊട്ടി വീണ കയറിന്റെ
രോദനം
കേൾക്കാനായില്ല!

## 754 നഖങ്ങൾ

മനോഹരമായ
നഖങ്ങളും
ചിലപ്പോൾ
കൂർത്തുവരും.

## 755 കാട്ടാന.

കാട്ടാന നാട്ടിലിറങ്ങി
കാട്ടിക്കൂട്ടുന്നതൊക്കെ
കണ്ടിട്ട്
നാട്ടുകാർ എന്ത് കാട്ടാനാ!

## 756 കണ്ണട

ചെവിയിൽ കാൽ
കയറ്റിവെച്ചു
മൂക്കിൽ സുഖമായി
ചാരിയിരുന്ന്
കാണാത്ത കാഴ്ചകൾ
കാട്ടി തന്ന്
എന്നോടൊപ്പം
കണ്ണടയും വരെയും!

## 757 ക്ലോൺ

ഞാനൊരു
സാധാരണ
മനുഷ്യനാണ്.
ഭ്രാന്തുവന്നാലും
പൊട്ടിച്ചിരിക്കും.!

## 758 കാറ്റ്

കൊടുംകാട്ടിൽ
കൊടുങ്കാറ്റ്.
വടവൃക്ഷം
കടപുഴകി!
കരഞ്ഞുകൊണ്ട്
മഴയെത്തി!

## 759 മൂക്ക്

കണ്ണ് ചതിക്കാം,
നാക്ക് ചതിക്കാം,
ചെവി ചതിക്കാം.
പക്ഷേ മൂക്ക്
ചതിക്കില്ല. ഗന്ധം
സത്യമാണ്. ഇന്ദ്രിയങ്ങളിൽ
ഏറ്റവും ആത്മീയമായത്
മൂക്ക് തന്നെ!

## 760 വേട്ടക്കാരൻ

തോട്ടക്കാരൻ
വേട്ടക്കാരനായാൽ
ഓട്ടോക്കാരൻ
ഓട്ടക്കാരനാകും!

## 761 കശുവണ്ടി

കൈയിൽ കറപറ്റിയാലും
മറപറ്റിയെടുത്ത് വിറ്റ്
തറപറ്റിയിരുന്ന്
സിനിമാ കണ്ടിരുന്നൊരു
കാലം!
കശുവണ്ടിയൊരു
കാശുവണ്ടി!

## 762 സന്തോഷം

സന്തോഷം
വാങ്ങാനില്ല.
മഴപെയ്തുകഴിഞ്ഞ്
വായുവിൽ മണ്ണിന്റെ
മണം നിറഞ്ഞാൽ
എനിക്ക് സന്തോഷം.
അതോർമ്മിക്കുമ്പോഴും
സന്തോഷം!

## 763 ഫാൻ

ഇലയില്ലാത്തൊരു ഫാൻ
കറങ്ങാത്തൊരു ഫാൻ
കാറ്റ് തരാത്തൊരു ഫാൻ
മറ്റുള്ളവർക്കില്ലാതെ
മാറ്റുള്ളവരോട് 'ഫാൻ'!

## 764 അമ്മ

ഒറ്റമുണ്ടായാലും
ചട്ടയും മുണ്ടുമായാലും
തട്ടമായാലും
അതിൽ
കരിയും
പുകയും തന്നെ!

## 765 മൗനം

എനിക്കും
നിനക്കും
പിന്നെയീ
മുളം കാടിനും
നാണത്തിന്റെ
പൂവിരിഞ്ഞ
ഈ കുഞ്ഞരുവിക്കും!

## 766 ക്ലാസ്

ഒപ്പം
ഒപ്പത്തിനൊപ്പം!
ഒപ്പമായാൽ
തികഞ്ഞ
നിശബ്ദത!

## 767 നാറ്റം

ജോറായി എഴുതിയ
വരികൾ
ബോറായി തുടങ്ങി.
ചാറ്റും മറ്റും
നാറ്റമായി
തുടങ്ങി.

## 768 മുഖക്കുരു

ചെറുപ്പത്തിൽ
ചെറിയവട്ടകണ്ണാടിയിൽ
നോക്കിയപ്പോൾ
മുഖത്തൊരു ചെറുകുന്ന്.
ഞെക്കി ഞെക്കി പൊട്ടിച്ച
കുന്നിനുള്ളിൽ നിന്നും
യൗവനം പുറത്തുചാടി.
മോഹവും!

## 769 സർവ്വേക്കല്ല്

കരുത്തോടെ
നിശബ്ദമായി
അതിർത്തിയിൽ.
അതിരുകൾ
മാഞ്ഞു പോകാതെ
ഉറച്ചു നിൽക്കുന്നു.
ഋതുക്കൾ മാറി മാറി
വരുന്നതിന്റെ നിശ്ശബ്ദ
സാക്ഷി.

## 770 പ്രണയ ഭ്രാന്ത്

പ്രണയിച്ചു
ഭ്രാന്തായ
അവനും
അവളും
അവസാനം
ചെമ്പരത്തിപ്പൂവിനെയും
പ്രണയിച്ചു!

## 771 ഉറക്കം

രാത്രിയുടെ
കൈകളിൽ
വീണുറങ്ങാം.
പിന്നെ
സ്വപ്നങ്ങളുടെ
നിശബ്ദമായ
മന്ത്രിപ്പുകൾ!
ലോകം മാഞ്ഞു
പോകുന്നു.

## 772 മണ്ണ്

വില കൊടുത്ത് മണ്ണ്
വെട്ടിപ്പിടിച്ചവനെ
വിലയൊന്നുമില്ലാതെ
മണ്ണ് വട്ടം പിടിച്ചു!

## 773 ശ്വാസ്

ഒപ്പം
ഒപ്പത്തിനൊപ്പം!
ഒപ്പമായാൽ
തികഞ്ഞ
നിശബ്ദത!

## 774 ഉറക്കം

രാത്രിയുടെ
കൈകളിൽ
വീണുറങ്ങാം.
പിന്നെ
സ്വപ്നങ്ങളുടെ
നിശബ്ദമായ
മന്ത്രിപ്പുകൾ!
ലോകം മാഞ്ഞു
പോകുന്നു.

## 775 നന്മ

കുരിശ് കണ്ടു
നന്മ ചെയ്തവർ
'കുരിശി'ലായി!

## 776 മൂന്നാനക്കുഴി

ഇടഞ്ഞ മൂന്നാനകൾ
ഇടത്തേക്കൊടി
വലത്തേക്കൊടി
കാൽ തെറ്റി
കുഴിയിൽ ഊർന്നുവീണു.
ഒരു കുഞ്ഞിളം കാറ്റിൽ
കുഴിയിൽ മണൽ
വന്നു മൂടി.

## 777 'കുത്തും കോമയും'

ഒര് കുത്തിലും കോമയിലും
വാക്കുകൾ തുടരും !
ഒര് കുത്തിലും കോമയിലും
ജീവിതം തകരും !

## 778 കുത്ത്

അക്ഷരങ്ങൾ കൊണ്ട് എഴുതി തീർക്കുന്ന
വാക്കുകൾ അവസാനിക്കാൻ ഒരു
കുത്ത് .
എന്നാൽ വാക്കുകൾ കൊണ്ട്
മനസ്സിലേക്കുന്ന മുറിവ് അവസാനിക്കാൻ ഒരു
കുത്തിനിടമില്ല !

## 779 ദൈവത്തിന്റെ നിറം

ഓരോ ഭൂമികയിലും
ദൈവത്തിന്റെ നിറം
മനുഷ്യന്റെ തനി നിറം .
ചോദ്യം ചെയ്താൽ
മനുഷ്യന്റെ 'തനിനിറം'
പുറത്തുവരും!

## 780 ബാല്യം

മഞ്ചാടിക്കുരു പെറുക്കാൻ
പഞ്ചവടിപ്പാലത്തിലൂടെ
ചാഞ്ചാടി പോയൊരു കാലം .
മൊഞ്ചുള്ള ആ ദിനങ്ങൾ
ഓർമയിൽ കൊഞ്ചിയെത്തുമ്പോൾ
നെഞ്ചകമുരുകുന്നു പ്രിയരേ !

## 781 സൃഷ്ടി

എരിഞ്ഞടങ്ങിയ
പകലിന്റെ
കനലുകൾ
ഇരവിൽ
സൃഷ്ടികളായി
ആളിക്കത്തും .

## 782 പ്രായം

ഓരോരോ പ്രായത്തിലും
ഓരോരോ
കോപ്രായം !

## 783 മരം

ഒരമ്മ വെച്ച
സാമ്പാർ
തോരൻ
വറുത്ത മീൻ
പൊരിച്ച കോഴി
എന്നിട്ടും
മക്കൾ...

## 784 കൊലുസ്സ്

കുഞ്ഞി, നിന്റെ കൊലുസിന്റെ
താളം അകന്നു പോകുമ്പോൾ
കിളികൾ
ചിറകടിച്ചു പറന്നുപോകുന്നു ,
ഇലകളും പൂക്കളും കൊഴിയുന്നു .
കൊലുസ്സിലെ ഓരോ മണികളും
എന്റെ മിഴിനീർതുള്ളികൾ ആയിരുന്നു .

## 785 മരം

'മരം ഒരു വരം'!
നല്ല വേരില്ലേൽ
മരമില്ല .
മരമില്ലേൽ വനമില്ല .
വനമില്ലേൽ മഴയില്ല .
മഴയില്ലേൽ
മരം വരയിൽ മാത്രം !

## 786 'ലാവ'

എന്റെയും നിന്റെയും
നെഞ്ചിനുള്ളിൽ
പുകയുന്ന അഗ്നിപർവ്വതങ്ങൾ!
കണ്ണുകളിലെ മറ മാറ്റിയാൽ
'ലാവ' പുറത്തുവരും !

## 787 വാരിയെല്ല്

അവൻ തന്റെ നഷ്ടപ്പെട്ടു പോയ
വാരിയെല്ല് അന്വേഷിച്ചു
സ്വർഗത്തിൽ എത്തി .
അവൾ അത് ഊരിയെടുത്ത്
അവന്റെ നേരെ പാഞ്ഞടുത്തു .

## 788 സ്വാതന്ത്ര്യം

ചില്ലു ഭരണിയിലെ മീനും
കമ്പി കൂട്ടിലെ കിളിയും
സ്വാതന്ത്ര്യത്തിനായി
ഒരുപോലെ കേഴുന്നു .
കിളിയെ മാത്രം
നമ്മൾ തുറന്നു വിടുന്നു .

## 789 ഉൽക്ക

തിരിയുന്ന ഭൂമി
പ്രണയാതുരമായി
ഒന്നു വിളിച്ചാൽ
ആകാശത്തിലെ
നക്ഷത്രം പോലും
ഭൂമിയിലെത്തും .

## 790 ഞാനൊരു വിഡ്ഢി

എന്റെ
വിഡ്ഢിത്വത്തിന്
ഒരു തിളക്കമുണ്ട്.
ഓരോ ഇടർച്ചയിലും
ഓരോ വീഴ്ചയിലും
ഞാൻ മനുഷ്യത്വത്തെ
കാണുന്നു!

## 791 മരണവീട്

മിഴിയടഞ്ഞ്
മൊഴിയടഞ്ഞ്കിടന്ന
ആളിനരുകിൽ
പെരുമഴയും
നിലവിളിയും
ഇഴുകി ചേർന്നു.

## 792 അമ്പിളിമാമൻ

കമ്പിളികണ്ടത്തെ
കൽഭരണിയിലെ
വീഞ്ഞിന് മുകളിൽ
അമ്പിളിമാമൻ!

## 793 മതിൽ

പകലും രാത്രിയും
വെയിലും മഴയുമേറ്റ്
അതിരുകൾക്കായി
കാവൽ നിൽക്കുന്ന
നിശബ്ദ കാവൽക്കരൻ!
മതില് ചാടുന്നവനോടും
മതിൽ തുരക്കുന്നവനോടും
നിശബ്ദത പുലർത്തുന്ന
ഒരു കാവൽക്കാരൻ!

## 794 അതിരും കതിരും

കതിര് കാക്കുന്നവരെ
അതിരു കാക്കുന്നവർ
ആക്രമിക്കുന്നു.
അതിരിനും കതിരിനുമിടയിൽ
കലം ശൂന്യമായി.
അതിരു കാത്തവനും
കുലവും പതിരായി.

## 795 ശബ്ദവും വെളിച്ചവും

ഇരുട്ടിന്റെ അരങ്ങിലേക്ക്
ശബ്ദവും വെളിച്ചവുമായി
ചീവീടും മിന്നാമിനുങ്ങും.
സദസ്സിൽ ഏകനായി ഞാനും!

## 796 മൗനം

നിശബ്ദയിൽ നിന്നും
നിശബ്ദതയിലേക്ക്
ഒഴുകുന്ന മനസ്സിന്റെ
പ്രതിധ്വനികൾ!
ആത്മാവിന് മാത്രം
മനസ്സിലാകുന്ന
ഒരു ഭാഷ.

## 797 ഈച്ച

ഉച്ഛിഷ്ടമേതായാലും
അതിനുമുകളിലെ
ഈച്ചകളിൽ
'പൊന്നീ'ച്ചയുമുണ്ടാവും!

## 798 ആത്മാവ്

സ്വർഗത്തിലും
നരകത്തിലും
സ്ഥലമില്ലാത്തതിനാൽ
ഞാനീ ഭൂമിയിൽ
വീണ്ടുമുണ്ടാവും
ഒരത്മാവായി!

## 799 വട്ട്

ഇരുളിൽ
വട്ട് ചിന്തകൾ.
പകൽ
വട്ടെഴുത്തുകളും!

## ൮00 ഇഷ്ടം

ഇഷ്ടം
അനിഷ്ടം
ഷഷ്ടിയായാൽ
തന്നിഷ്ടം!

## ൮01 സ്വർണപ്പല്ല്

സ്വർണപ്പല്ല് വെച്ചവൻ
സ്വർണപ്പല്ലക്കിൽ
പോകുന്നു.
ഓരോ ചിരിയിലും
തന്റെ സമ്പത്തിന്റെ
കഥയുമായി!

## ൮02 കണ്ണുനീർ

കണ്ണുനീർ നദി
തടസ്സം കൂടാതെ
ഒഴുകട്ടെ,
മനസ്സിലെ വേദനയുടെ
താഴ്‌വാരങ്ങളിലൂടെ!
പുഞ്ചിരികൊണ്ട്
ഒരുക്കി വെച്ചിരിക്കുന്ന
മുഖത്തെ ചാലുകളിൽ
ഒഴുകാതിരിക്കട്ടെ!

## ൮03 കാടും നാടും

ഇതുവരെ കേൾക്കാത്ത
പ്രകൃതിയുടെ സംഗീതം
കാട്!
ഇതുവരെ കാണാത്ത
ജീവിതത്തിന്റെ മുഖം
നാട്!

## ൮04 ഒറ്റയടിപ്പാത

ഒറ്റയാടിപ്പാതക്കരുകിലെ
നിശബ്ദമായ മരങ്ങൾ
എന്റെ കാൽപ്പാദങ്ങളിലേക്ക്
നോക്കുന്നു,
ഞാനും ഭൂമിയും തമ്മിലുള്ള ബന്ധത്തിന്റെ
ആഴമറിയാൻ!

## ൮05 ആന്തൽ

ഇരുട്ടിലൊരു റാന്തൽ
കത്തിച്ചാൽ
ഉള്ളിലെ ആന്തൽ
മാറിക്കിട്ടും!

## ൪൦൬ വീമ്പ്

തുമ്പിക്കൈയിലിരുന്ന്
കുഞ്ഞനുറുമ്പ്
വീമ്പ് പറയുന്നു.

## ൪൦൭ സോപ്പ്

ആറ്റിൻകടവിൽ
വാസന സോപ്പിന്റെ
മണം .
സ്വപ്നങ്ങൾ പതപ്പിച്ചൊരു
കാലം .

## ൪൦൮ വടു

വിടവാങ്ങിയ
വിടവിൽ
വലിയ
വടു !

## ൪൦൯ ജാലകം

മനസ്സിന്റെ ജാലകം
തുറന്നാൽ പ്രണയം !
മനയിലെ ജാലകം
തുറന്നാൽ പ്രാണി !

## 810 ചില്ലറ

ചില്ലറ കൂട്ടിവെച്ചവൻ
സ്വന്തം
കല്ലറ പണിതു .
കല്ലറയിൽ ഒടുങ്ങിയവനെ
'ചില്ലറ'യിൽ പൂജിച്ചു !

## 811 കണ്ണീർ

ഒളിച്ചു വെക്കാനാവില്ല!
പകൽ സൂര്യൻ.
ഇരവിൽ ചന്ദ്രനും
നക്ഷത്രങ്ങളും .
ആകെയുള്ള ആശ്വാസം
കാർമേഘം പൊഴിക്കുന്ന
മഴത്തുള്ളികൾ !

## 812 അമ്മത്തൊട്ടിൽ

അവരുടെ പ്രണയം
പൂത്തുലഞ്ഞു .
കുട്ടി അമ്മത്തൊട്ടിലിൽ
വാവിട്ടു കരഞ്ഞു !

## 813 ചൂണ്ട

പുഴക്കരയിൽ
സമയം കൊല്ലാൻ
നിഴൽ നോക്കി
മാനം നോക്കി
മീൻ നോക്കി
മനം നോക്കി
മഴ നോക്കി
വെറുതെ ഇരിക്കാൻ !

## 814 ചാഞ്ചാട്ടം

മലകൾ നിശ്ചലം
മരങ്ങൾ നിശ്ചലം
മനുഷ്യർ ചഞ്ചലം .

## 815 ചുണ്ട്

ചിരിക്കില്ല
വിതുമ്പലില്ല
ഉമ്മയില്ല
തോരൻ മാത്രം .
വാഴച്ചുണ്ട് !

## 816 കുട്ടികൾ

'നാം രണ്ട്
നമുക്ക് രണ്ട് '
പിന്നെ നമുക്ക്
ഒന്നായി .
രണ്ടായവർ
പ്രായമായി
ഒന്നായി
അനാഥരായി !

## 817 ഓർമ

പല ഓർമകളും
കാടായി .
ഓർമ്മിക്കാൻ
പാടായി .

## 818 ചിട്ടി

ചേട്ടത്തി
മുട്ടകൊണ്ടൊരു
ചിട്ടിയിൽ ചേർന്നു .
മുട്ട പൊട്ടി വിരിഞ്ഞു
ചിട്ടി പൊട്ടി പൊളിഞ്ഞു
കുട്ടി പൊട്ടിച്ചിരിച്ചു .

## 819 കടുമാങ്ങ

ഉമ്മറ പടിയിലിരുന്ന്
ഉപ്പ് കൂട്ടി
തിന്നൊരു മാങ്ങ.
ഊഞ്ഞാലാടി
തിന്ന മാങ്ങാ
പുളിയൻമാങ്ങാ .
ഉടലാകെ
കിടുക്കിയ
മാങ്ങാ .

## 820 കടം

കടം ചെറുതാണെങ്കിലും
കടം വലുതാണെങ്കിലും
കുഴിമാടം വരെ കൊണ്ടുപോകുന്നത്
സങ്കടമാകും !

## 821 മുറി

ഒരു മുറിയിൽ
ഒറ്റക്കിരുന്ന്
ഒരു മുറി സ്നേഹത്തിന്റെ
ഒരു മുറിക്കവിത
എഴുതിയാൽ
മനസ്സിന്റെ
മുറിവുണങ്ങും !

## 822 പട്ടം

പട്ടത്തെ പോലെ
പാറിപറക്കാൻ
കുട്ടിക്ക് മോഹം .
കുട്ടി ചാട്ടം തുടങ്ങി
നൂലും പൊട്ടി .

## 823 വട്ടം

പല'വട്ടം' കൂട്ടീ
സമ്പത്ത് കൂടി .
പലവട്ടം പറഞ്ഞു
ചിലവൊട്ടു കുറയ്ക്കാൻ !

## 824 തൂവൽ

കൂട് വിട്ട് പറന്നുപോകുമ്പോൾ
നിന്റെ കൊഴിയുന്ന ഒരു
തൂവൽ എനിക്ക് തരുക .
പൊൻതൂവലായി
മഷിയിൽ മുക്കി
നിനക്കായ് ഞാനൊരു
കവിത രചിക്കാം

## 825 തേന്മാവിന്റെ ദുഃഖം

എന്നെ ഒന്നെറിയാൻ
കുഞ്ഞിളം കൈയിൽ
കല്ലുകളില്ല .
ഇന്നെന്റെ
എന്റെ ചുവട്ടിൽ
കുഞ്ഞാരവങ്ങൾ
അന്യമായി !

## 826 പൊന്ന്

പൊന്നുരുകിയാൽ
മിന്നാകും .
മനസ്സുരുകിയാൽ
'പൊന്നാ'കും

## 827 പറ്റ്

കടയിലെ പറ്റ്
കടക്കാരനാക്കും .
ഒര് പറ്റ് പറ്റിപ്പോയാൽ
നാണക്കേടാകും .
മനുഷ്യപ്പറ്റില്ലെങ്കിൽ
പിശാചാകും !

## 828 പ്ലാസ്റ്റിക് പൂവ്

മധു നുകരാൻ
വണ്ടുകളില്ല.
മണം പകരാൻ
മൂക്കുകളില്ല .
പൂജയ്ക്ക്
പൂ പറിക്കാൻ
കൈകളില്ല.
വർണിക്കാൻ
കവികളുമില്ല .

## 829 മല

തലയെടുപ്പുള്ളൊരു
മല
രാത്രിയിൽ നക്ഷത്രങ്ങളെ
ചുംബിക്കും.
രാവിലെ സൂര്യൻ
മലയെ ചുംബിക്കും!

## 830 കല

കല കലാപമാണ്.
കാലം ആവശ്യപ്പെടുന്ന
കലാപരമായ
കലാപം!

## 831 പള്ളി

പള്ളിയിൽ
പോയില്ലേൽ
ചെള്ളയ്ക്കടി
കിട്ടുന്ന ബാല്യം.
പള്ളി 'കഴിഞ്ഞാൽ'
പള്ള നിറയ്ക്കാൻ
തുള്ളിച്ചാടി വീട്ടിലേക്ക്!

## 832 തുമ്പി

കമ്പിയിലിരുന്നൊരു
തുമ്പിയെ,
തമ്പി പിടിച്ച്
വാലിലൊരു
നൂലുകെട്ടി.
വാല് മുറിച്ച്
തുമ്പി പറന്നു.
തമ്പി അമ്പരന്നു!

## 833 നുണ

നുണകൊണ്ട്
പണം നേടിയാൽ
പനികൊണ്ട്
പണം തീരും!

## 834 ചെമ്പ്

അടുക്കളയിൽ
ചെമ്പ് തിളങ്ങി.
അമ്മയുടെ മുഖത്ത്
ചിരി തുളുമ്പി!
ഇനിയിന്ന് ചേമ്പ്
പുഴുങ്ങും!

## 835 വക്കീൽ

വാക്കുകൾ
വാളായെടുത്ത്
വാദത്തിന്റെ
വേദിയിൽ
വീരനാകുന്നു.
നീതി തേടി
സത്യത്തിന്റെ
ശബ്ദമുയർത്തുന്നു!

## 836 ആന

അട്ടപ്പാടിയിൽ
കാട്ടാന.
അട്ടപ്പേടിയിൽ
നാട്ടാന!
രണ്ടുമെന്ത്
കാട്ടാനാ?

## 837 ഡോക്ടർ

ദൈവത്തിന്റ
മറ്റൊരു പേര്.
മനുഷ്യരൂപത്തിൽ
ദൈവത്തിന്റെ സ്പർശം.
മരണത്തെ
അകറ്റാൻ
കരുണയോടെ
കുത്തുന്നവൻ!

## 838 അഴക്

അഴകിൽ
മുഴുകുന്നവരും
മുഴുവനും
അഴുകും .

## 839 എഞ്ചിനീയർ

വയർ കൊണ്ട്
വൈദ്യുതി കെട്ടും
പെൻസിൽ കൊണ്ട്
പ്ലാൻ വരയ്ക്കും.
പാതാളം വരെ
പാലം പണിയും.
ആകാശം മുട്ടെ
കെട്ടിടം പൊക്കും!

## 840 ഈർക്കിലി

തേഞ്ഞു തീർന്നാലും
ഒരുമിച്ചു നിന്ന്
ചവറുകളെ
തൂത്തെറിഞ്ഞ
കഥ പറയാനുണ്ടാവും !

## 841 മൊട്ട്

മൊട്ട് വിരിഞ്ഞു .
പൂവിന്റെ സ്വപ്നങ്ങളും .
ഞെട്ടാരോ നുള്ളിയെടുത്തു !

## 842 ഫേസ് ബുക്ക്

' മുഖമില്ലാത്ത
ഒരുപാടു കൂട്ടുകാർ !
പകരം
പൂവും കായും
വണ്ടും മാത്രം .
പേരോ ഫേസ് ബുക്ക് .

## 843 ജനൽചില്ലും മഴത്തുള്ളിയും

ജനൽ ചില്ലിൽ
പറ്റിപ്പിടിച്ച
ഒരു മഴത്തുള്ളി
അകത്തു കയറാനാവാതെ
ചില്ലു പാളിയിൽ ഒരു
നേർ രേഖ വരച്ചെവിടെയോ
മറഞ്ഞു !
ഒപ്പം
എന്റെ കവിളിലും
ഒട്ടിപ്പിടിച്ച ഒരു
രേഖ!

## 844 കാക്ക

ഒര് ഉരുള
കൊത്തി തിന്നാൻ
വന്നാൽ കൈ കൊട്ടി
ഓടിക്കും !
പിന്നെ
ഒരു ഉരുള
കൊത്തി തിന്നാൻ
കൈ കൊട്ടി വിളിക്കും !
എന്നിട്ടും
പരിഭവമില്ലാത്തൊരു
കറുത്ത പക്ഷി .

## 845 പുതു വത്സരദിനം

എന്നും
കറങ്ങുന്ന
ഭൂമിയും
ഇന്ന്
കിറുങ്ങിക്കറങ്ങുന്ന
കുറെ മനുഷ്യരും !

## 846 ഒപ്പം

അവസാനം വരെ
ഒപ്പമുണ്ടാകുമെന്ന്
പറഞ്ഞിട്ട്
ഇരുട്ടായപ്പോൾ
നിഴൽ അകന്നു .
ഒപ്പമുണ്ടായത്
കാൽപ്പാടുകൾ
മാത്രം !

## 847 യാത്ര

വെറുംകൈയോടെ
ഒരു യാത്രക്ക്
തയ്യാറായി .
മഞ്ചൽ
വൈകുമത്രേ !

## 848 കരുത്ത്

കണ്ണീര് കരിങ്കല്ലായി
മാറിയാൽ
കരുത്താകും!

## 849 നോക്കുകുത്തി

നോട്ടം കിട്ടാതിരിക്കാൻ
നാട്ടി വെച്ച
നോക്ക് കുത്തിയെ
നോക്കി നോക്കി
നോവായി.
നൊമ്പരമായി !

## 850 മരണം

വീണ്ടുമൊരു പ്രഭാതം
വീണ്ടുമൊരു സന്ധ്യ .
ഇതിനിടയിൽ
എന്റെ നിഴൽ ഇല്ലാതെ
പകൽവെളിച്ചം !

## 851 നര

കറുപ്പിനെ
പ്രണയിക്കുന്നതുകൊണ്ട്
മൂക്കിന് താഴെ
ഒളിച്ചിരുന്ന
ഒരു വെള്ളിരോമത്തെ
ഞാനൊന്ന്
കടുപ്പിച്ചു
കറപ്പിച്ചു .

## 852 വിമാനം

മാനത്തൊരു
വിമാനം,
കുഞ്ഞനൊരു
വിമാനം.
മേഘം മറയും
വിമാനം,
അത് വേഗം മറയും
വിമാനം!

## 853 കുരിശ്

തോളിലേറേണ്ട
മരക്കുരിശ്
പൊൻകുരിശായി
മാറിൽ !

## ൪54 ഉണ്ണിയപ്പം

അമ്മയുണ്ടാക്കും
ഉണ്ണിയപ്പം.
പൊന്നുണ്ണി തിന്നും
ഉണ്ണിയപ്പം.
തിണ്ണയിൽ
കൊതിയോടെയിരിക്കുമ്പോൾ
വീടാകെ മണം
പടർത്തും
ഉണ്ണിയപ്പം!

## ൪55 പടികൾ

കയറാനും
ഇറങ്ങാനും
ഒരേ പടികൾ.
കാര്യം കാണാൻ
പല 'പടികൾ'!

## 856 ചെണ്ടയും മേളവും

തൊണ്ടപൊട്ടി
ചെണ്ടയുടെ
മേളം.
മേളത്തിൽ
ഹൃദയതാളംകൂടി
തുള്ളുന്ന
ജനങ്ങൾ!

## 857 കടൽ

കണ്ണീർപ്പുഴ
കടലിൽ
പതിച്ചതാവാം
കടലിനിത്ര
ഉപ്പുരസം .
കടൽ വെള്ളം
വറ്റിച്ചെടുത്ത ഉപ്പ്
തിന്നിട്ടാവാം
കണ്ണീരിനിത്ര
ഉപ്പുരസം !

## 858 കള

വളമില്ലാ
വിളയെല്ലാം
കളയായി .
കള പറിക്കാൻ
വളയിട്ട
കൈകൾ
കിട്ടാതായി .

## 859 കണ്ടം

കണ്ടം പൂട്ടി
വിത്ത് വിതച്ചു
കണ്ണും പൂട്ടി
കാവലിരുന്നു .
മുളച്ചതെല്ലാം
കതിരായി !

## 860 മഴ

മേഘങ്ങൾ
പാതിരാത്രിയിലും
കണ്ണീർ പൊഴിക്കുന്നു .
താങ്ങാനാവാതെ
ഭൂമിയും !

## 861 ഉറക്കം

കോട്ടുവായ്ക്ക്
ചത്തവരുടെ
മണം !
ഉറങ്ങാനോ
മരിക്കാനോ ?

## 862 കരിവള

കൈകളിൽ
തട്ടീം മുട്ടീം
പൊട്ടിക്കരഞ്ഞും
പൊട്ടിച്ചിരിച്ചും
ചിതറി വീഴുന്ന
പ്രണയപൊട്ടുകൾ
കരിവളകൾ !

## ൮63 തനിയെ

ജനിക്കുമ്പോൾ
ആൾക്കൂട്ടത്തെ
മനസ്സിലാവില്ല !
മരിക്കുമ്പോൾ
ആൾക്കൂട്ടത്തെ
കാണാനാവില്ല !
ജീവിച്ചിരിക്കുമ്പോൾ
ആൾക്കൂട്ടം
അകറ്റി നിർത്തും.
എന്നും തനിയെ!

## ൮64 കാക്ക

ഒരക്ഷരം മാത്രം
പഠിച്ച്
ഊരു മുഴുവൻ
പറന്ന്
വിരുന്നുകാരെ
വിളിച്ചിട്ടും
കാക്കയുടെ
കറുപ്പിനിന്നും
അയിത്തം തന്നെ .

## 865 യാത്ര

ചുവന്ന സന്ധ്യയിൽ
ചൂട് ചായ കുടിച്ചിട്ട്
'വരട്ടെ '
എന്നും പറഞ്ഞു
യാത്രയാവണം !

## 866 ഉന്മാദം

ഭ്രാന്തമായ
എന്റെ സ്വപ്നങ്ങളുടെ
അവസാന തുള്ളിയും
നുണഞ്ഞ്
മിഴിയിണകൾ
അടയുന്നു .

## 867 മൗനം

തടവിലാക്കപ്പെട്ട
വാക്കുകളുടെ
ബഹളം .
തടവ് ചാടിയാൽ
വാക്കുകളുടെ
കടൽ !

## 868 സോക്സ്

വെട്ടാത്ത നഖത്തിന്റെ
കുത്തേറ്റ് ഓട്ട
വീണത് അറിഞ്ഞ
മട്ടില്ല .
എന്നിട്ടും
ഭാരം പേറാനാണ്
വിധി !

## 869 ഏകൻ

ഏകനായി ഇരുന്നാൽ
ചീവീടിന്റെ ശബ്ദം
കൂട്ടിന് വരും .
പിന്നെ മഴയും ,
തോരാത്ത കണ്ണീർ മഴ !

## 870 വിശപ്പ്

വയറിൽ
കനലെരിയുമ്പോൾ
ദൈവത്തോട് യാചിച്ചാൽ
കിട്ടുന്നത്
പിന്നാമ്പുറത്തെ എച്ചിൽക്കൂന !
മനുഷ്യനോട് യാചിച്ചാൽ
മർദ്ദനവും !

## 871 കപ്പലണ്ടി

അമ്പല നടയിലും
പള്ളി നടയിലും
പാർക്കിലും
ഇരുന്ന് സ്വപ്നങ്ങൾ
വറുത്ത മൊരിച്ച
കപ്പലണ്ടി
രൂപത്തിൽ
തിന്നിരുന്നൊരു
കാലം !

## 872 വെയിൽ

വെയിലെനിക്കു തന്ന
സുഹൃത്തിനെ തിരിച്ചെടുത്തു .
വെയിൽ പറഞ്ഞു
മേഘമാണെന്ന് .
മേഘം പറഞ്ഞു
കാറ്റാണെന്ന് .
കാറ്റോ
എവിടെയോ
മറഞ്ഞു .
നിഴലേ
വരിക നീ
വീണ്ടുമെൻ
ചാരെ !

## ൬73 പ്രതിമ

ഒടിഞ്ഞ
കൈയിലെ
കമ്പി
അയാൾ
സിമന്റ്
പ്രതിമ
ആയപ്പോൾ
തെളിഞ്ഞു
വന്നു .

## ൬74 മെഴുകുതിരി

കാറ്റുമായുള്ള
മത്സരത്തിൽ
തോറ്റു .
കെട്ടു !

## ൬75 ദൈവത്തിന്റെ മുഖം

ദൈവത്തിന്റെ മുഖം
കാണാൻ അവൻ
കണ്ണാടിയിൽ നോക്കി .
വികൃതമാണെന്ന്
അവന് തോന്നി!

## 876 തൊട്ടിൽ

അമ്മ
പാടിത്തുടങ്ങി
തൊട്ടിൽ
ആടിത്തുടങ്ങി
കുട്ടി
ഉറങ്ങിത്തുടങ്ങി.
അച്ഛനും !

## 877 നടപ്പ്

നടന്ന് നടന്ന്
നടുവൊടിഞ്ഞിട്ടും
കേൾക്കുന്നത്
ഇവിടെയൊന്നും
നടക്കില്ലെന്ന് !

## 878 കല്ല്

നിശബ്ദമായി
കിടക്കുന്നു കല്ല്.
മനസ്സ് ' കല്ലാ'യാൽ
പറയല്ല്!

## ൪൭൯ മോശം മോശം

മീശ പിരിച്ച്
കാശ് വാങ്ങി
കീശയിലിടുന്നത്
മോശം മോശം.
കാശില്ലാതെ
പാശമെടുത്ത്
തൂങ്ങുന്നതും
മോശം മോശം!

## ൪൮൦ മദ്യം

സദ്യപോലെ
മദ്യം കഴിച്ചാൽ
ജീവിതമദ്ധ്യേ
ജീവനന്ത്യം!

## ൪൮൧ മറവി

എല്ലാം
മറക്കുവാനായി
അക്ഷരങ്ങളെ
തൊട്ടുവിളിച്ചു.
മറന്നതെല്ലാം
അഗ്നിപുഷ്പങ്ങളായി,
കവിതയായി!

## 882 മുയൽ

ഉറങ്ങിപ്പോയി
കറങ്ങിപോയി
കുടുങ്ങിപ്പോയി !

## 883 കറുപ്പ്

മാനം കറുത്തു
കടൽ കറുത്തു
തിര വെളുത്തു
കര കവിഞ്ഞു!

## 884 കഴുത

ഒന്നും കണ്ടില്ല
ഒന്നും കേട്ടില്ല
ചുമന്നതും
കൊണ്ടതും മിച്ചം !

## 885 കുടുക്ക

ആഞ്ഞെറിഞ്ഞുടച്ച
കുടുക്കയിൽ നിന്നും
ചിതറി വീണത്
ഒട്ടിയ വയറിന്റെ
കരുതൽ !

## ൪൪൬ നടപ്പ്

നടന്ന് നടന്ന്
നടുവൊടിഞ്ഞിട്ടും
കേൾക്കുന്നത്
ഇവിടെയൊന്നും
നടക്കില്ലെന്ന് !

## ൪൪൭ ഒര് നുള്ള്

ഒര് നുള്ള് സ്നേഹം
ഒര് നുള്ള് ഇഷ്ടം
ഒര് നുള്ള് പ്രണയം
പിന്നെ
നുള്ളിയ വേദന മാത്രം
ബാക്കിയാവും !

## ൪൪൮ ഓർമ്മകൾ

ചില ഓർമ്മകൾ
കടന്നൽ കുത്തിയ
പോലെ .
വേദന ദിവസങ്ങളോളം
നിൽക്കും !

## ൪൮൯ ആകാശം

ആകാശമേ
പകൽ നിന്നെ
കാണുന്നതിലും
എനിക്കിഷ്ടം
രാത്രിയിലാണ് .
നിന്റെ നക്ഷത്ര -
ക്കുഞ്ഞുങ്ങളെ
കണ്ടിരിക്കാൻ !

## ൪൯൦ ശൂന്യത

ഭൂമിയിൽ ഇത്രത്തോളം
മനുഷ്യർ ഉണ്ടായിട്ടും
നിനക്ക് മാത്രമെന്തേ
ഈ ശൂന്യത ?

## ൪൯൧ ഓർമ്മ

ഓർമ്മിക്കാനും
മറക്കാനും
ഓർമ്മ വേണം !

## 892 കാട്

ചിന്തകൾക്ക്
ഭ്രാന്ത് പിടിക്കുമ്പോൾ
'കാട്' കയറും .
ചിന്തകൾ
ചാരം മൂടി
കിടക്കുന്ന
ചുടുകാട്ടിൽ !

## 893 ഒറ്റ

ഓടിപ്പോയൊരു
കാലത്തിലെ
ഓർമ്മകൾ
കൂട്ടിചേർക്കുവാൻ
ഒറ്റക്കിരിക്കാം!

## 894 കഴുകൻ

കഴുമരത്തിനു
മുകളിൽ
കഴുകൻ
വട്ടമിട്ടു പറന്നു .
പ്രതിയെ
വെറുതെ വിട്ടു !

## 895 ചിലമ്പ്

വാളിനൊപ്പം
മത്സരിച്ച്
കല്ലിലും
മുള്ളിലും
ചവുട്ടി
ആഞ്ഞു
തുള്ളുന്ന
പാദങ്ങളുടെ
വേദന
അറിയുന്നവൾ !

## 896 മറ്റൊരു പ്രണയം

കയറിനോട്
മരക്കൊമ്പിനോട്

## 897 ചിലർ

ചിലർ
ചിരിച്ചുകൊണ്ട്
ഹൃദയം
വെടിപ്പായി വെക്കും .
ഒഴുകിപോകാത്ത
കണ്ണുനീർ
തുള്ളി കൊണ്ട്
നിറയാൻ .

## ൮൯൮ പിറവി

തുണിയിൽ പൊതിഞ്ഞ
ജനനം .
ഇലയിൽ പൊതിഞ്ഞ
മരണം .

## ൮൯൯ മഴ

ശീലക്കുട ചൂടിയ
ബാല്യം .
വാഴയില ചൂടിയ
വാർദ്ധക്യം .

## ൯൦൦ മുടക്കം

മഴ പെയ്താൽ
കട മുടക്കം .
മഴ തീർന്നാൽ
കുട മടക്കാം .

## 901 ചാഞ്ചാട്ടം

അസമയത്ത്
ആത്മഹത്യക്കുറിപ്പ്
എഴുതിവെച്ചു .
കൃത്യസമയത്ത്
തീവണ്ടി കടന്നുപോയി .
മനം തെളിഞ്ഞു .
മാനം ചിരിച്ചു !

## 902 ഉറുമ്പുകൾ

ശവം തീനി
ഉറുമ്പുകൾ
എന്നെ
സ്വീകരിക്കുവാൻ
നിര തെറ്റി
കാത്ത് നിന്നു !

## 903 ചാരം

ചാരം വളമാണത്രെ !
എന്നിട്ടും അത്
പുഴയിലൊഴുക്കി .

## 904 ജീവിതം

ജീവിതം സത്യമോ
മിഥ്യയോ എന്ന്
ഞാൻ മരണത്തോട്
ചോദിച്ചു .

## 905 ശലഭം

വേനലിൽ പാറിക്കളിച്ച്
പൂക്കളിലെ
മധുവും നുകർന്ന്
ആഹ്ലാദിക്കുമ്പോൾ
ഒര് മഴ !

## 906 കവി മൊഴി

കവിയുടെ മൊഴിയിൽ
കരൾ കവർന്നു
മനം കവർന്നു
മഴ പെയ്തു
പുഴ നിറഞ്ഞു
കര കവർന്നു
കവി തകർന്നു !

## ൯൦൭ വാൽനക്ഷത്രം

നിശ്ശബ്ദമായ
ആകാശത്തിലൊരു
വാൽനക്ഷത്രം,
ദിശയറിയാതെ
മിന്നുമ്പോൾ
മഞ്ഞ്കാലത്ത്
മരക്കൊമ്പിൽ
പശയൊട്ടിയൊരു
വാൽനക്ഷത്രം
മിന്നുന്നു!

## ൯൦൮ മുഖ ലക്ഷണം

മുഖം നോക്കി
കാക്കാത്തി പറഞ്ഞു:
ഇരുപത്തെട്ടിൽ ശനിദശ
തുടങ്ങും .
മുപ്പത്തെട്ടിൽ ഗജകേസരി
യോഗം അനുഭവിക്കാം .
ഇരുപത്തെട്ടിൽ പെണ്ണ്
കെട്ടി!
മുപ്പത്തെട്ടിൽ
ആന ചവിട്ടി
കൊന്നു!

## 909 വടി

വടി ആയാൽ
അടി വേണം .
'വടി' ആയാൽ
ആറടി വേണം .

## 910 നല്ല കാർ

കൂട്ടുകാർ
വീട്ടുകാർ
നാട്ടുകാർ
ഇത്തരം
നല്ല കാറുകൾ
ഉണ്ടെങ്കിൽ
ജീവിത യാത്ര
ചെയ്യാൻ
പരമസുഖം !

## 911 ഇല

ഇലകൾക്കൊന്ന്
മുട്ടിയുരുമ്മാൻ
കൊതി .
കാറ്റിനോട് പറഞ്ഞു .
അസൂയ മൂത്ത കാറ്റ്
കൊടുംകാറ്റായി !

## 912 കവിത

അവളൊരു വികാരമാണ്.
അവളെപ്പറ്റി ചിന്തിച്ചാൽ
നാല് വരിയെങ്കിലും
എഴുതാൻ തോന്നും .
ഭാവനയാണ് അവളുടെ
ഉറ്റ തോഴി!

## 913 മഴയും പുഴയും

പുഴ മെലിഞ്ഞു
മഴയായി.
മഴ മാഞ്ഞു
പുഴയായി!

## 914 കുഴിയാന

കുത്തിയിരുന്ന്
ഞാനൊന്നേ
തൊട്ടുള്ളു .
ആന കുഴിയിൽ
വീണു .
മണ്ണിലെവിടെയോ
മറഞ്ഞു .
എന്റെ നോവുകൾ
ഉണർന്നു .

## 915 ചിതൽ

ഓർമ്മകൾ
ചിതലരിക്കാതെ
ഭിത്തിയിൽ
തൂക്കിയിട്ട
ചിത്രത്തിൽ
ചിതൽ
ചിത്രം വരച്ചു !

## 916 പുതപ്പ്

ചുരുണ്ട് കൂടി
തല മൂടിയിട്ട
പുതപ്പിനുള്ളിൽ
ഓർമകളുടെ ചൂട് .
ചിലത് മധുരിക്കുന്നു .
ചിലത് തേങ്ങുന്നു .
പുറത്ത് മഴയുടെ
താളവും കുളിരും !

## 917 പത്രം

കളവുള്ള വാർത്തകൾ
വിളവുള്ള പരസ്യങ്ങൾ
സത്യമുള്ള വാർത്തകൾ
' ഇന്നത്തെ മരണം '!

## 918 മതിലുകൾ

മത്തായിയുടെ
മതിലുകൾ
മനുഷ്യർ
തുരന്നത്
മതില് കടന്ന്
മോഷ്ടിക്കാൻ !
സുൽത്താന്റെ
'മതിലുകൾ'
മനുഷ്യർ
തുരന്നത്
പൂവെറിഞ്ഞ്
പ്രണയിക്കാൻ !

## 919 ഊന്നുവടി

വടി കണ്ട്
അടിയോർത്ത്
വിജനതയുടെ
തുരുത്തിലേക്കോടിയ
ബാല്യം .
ഇന്ന് വാർദ്ധക്യം
ചുട്ടെടുത്ത
ഏകാന്തതയുടെ
തുരുത്തിൽ
ആശ്രയമായി
ഊന്നുവടി !

## 920 തീവ്രത

പ്രണയകഥ പത്രാധിപർ
തിരിച്ചയച്ചു .
തീവ്രത പോരത്രേ !
കഴുത്തിൽ
മുറുകിയ കയറിന്റെ
പാടുകൾ
ഞാൻ വെറുതെ
തടവി !

## 921 വിശ്വാസം

വിനകളായ
വിശ്വാസങ്ങളും
അതിന്റെ കൂർത്ത
നഖമുനകളുമായി
അവസാന
ശ്വാസം വരെ !

## 922 ശിലാഹൃദയം

കരിയില മൂടിയ
കൽപ്പടവുകൾ
കയറിവന്നത്
ശിലപോലെയുള്ള
നിന്റെ ഹൃദയത്തിലേക്ക്
ആണെന്നറിഞ്ഞില്ല !

## 923 ആകാശം

ആകാശം നിറയെ
മനുഷ്യരുടെ
സ്വപ്നങ്ങൾ
നിറഞ്ഞ പട്ടങ്ങൾ
പ്രണയം നിറഞ്ഞ
ബലൂണുകൾ
പിന്നെ
ഇത് രണ്ടും
നഷ്ടപ്പെട്ടവരുടെ
ആത്മാക്കൾ !

## 924 സ്കൂൾ

സ്കൂളുന്റെ വരാന്ത
കാണാത്ത
ഒരാൾ എഴുതിയ
ബുക്ക്
സ്കൂൾ
വരാന്തയിലെ
പുസ്തക
പ്രദർശനത്തിൽ !

## 925 വളം

എന്റെ കല്ലറയ്ക്കരുകിൽ
ഒരു മരം നട്ടാൽ
മരത്തിനൊരു
വളമാകും !

## 926 നിശബ്ദത

ചില നിശബ്ദതകൾ
തീ
കാത്തിരിക്കുന്ന
പടക്കം
പോലെ !

## 927 കർഷകൻ

കാളകൾക്കും
കളകൾക്കുമിടയിൽ
കലപ്പയുമായി
കണ്ണീരോടെ
കർഷകൻ !

## 928 നാക്ക്

നാക്കിനെപ്പെറ്റി
പറഞ്ഞപ്പോൾ
വാക്കുകൾ
കിട്ടാതെ നാക്ക്
കുഴഞ്ഞു.

## 929 ചെരുപ്പ്

ഓട്ട വീണാലും
ഭാരവും
താങ്ങി
പരിഭവമില്ലാതെ
ഓടാനും
ചാടാനും
നടക്കാനും
കൂട്ട് നിൽക്കും!

## 930 കൈകൾ

ആരുടേയും ഒരു കൈ
സഹായം വേണ്ട
എന്നുപറയുന്നവരും
പിറന്നു വീഴുന്നതും
ശശ്മാന യാത്രയിലും
കൈകളിൽ !

## 931 ഉഴുന്നുവട

'O' പോലുള്ളൊരു
ഉഴുന്നുവട.
ഓട്ടയുള്ളൊരു
ഉഴുന്നുവട.
തട്ടുകടയിലെ
ഉഴുന്നുവട
തട്ടിയെടുത്ത
കുട്ടപ്പൻ
ജയിലിൽ
മട്ടൻ തിന്ന്
കഴിയുന്നു.

## 932 പൊട്ട്

പൊട്ടാത്ത
സ്വപ്നങ്ങളുമായി
ചതുരപ്പെട്ടിയിൽ
വട്ടപ്പൊട്ടുകൾ
അവളുടെ
നെറ്റിയുംകാത്ത്!

## 933 എലി

വല കരണ്ടൊരെലി
കറണ്ട് വന്നപ്പോൾ
പലവഴി പാഞ്ഞു.

## 934 തപാൽ

തപാലും
കാത്ത്
വേലിക്കരുകിൽ
കാല് കഴച്ച്നിന്നു.
കത്ത് കിട്ടിയതോ,
ബുക്കിനിടയിൽവെച്ച്
നേരിട്ട്!

## 935 ജീവിതം

തിരിയുന്ന
ഭൂമിയിൽ
തിരികെ
പോകാനാവാത്ത
ജീവിതം!

## 936 മഴ

ചിലപ്പോൾ
ഒറ്റപ്പെട്ട വീടുകളിൽ
'ഇടി'യോടു കൂടിയ
മെച്ചപ്പെട്ട മഴയുണ്ടാവും.
കണ്ണീർമഴ!

## 937 മിണ്ടാപ്രാണികൾ

കണ്ടും കേട്ടും
കിട്ടിയതെല്ലാം
തിരുകിക്കയറ്റി
ഭാരം കൂട്ടിയ
മനസ്സിനെ
ഒന്നിറക്കിവെക്കാൻ
ഇടമില്ലാത്ത
മനുഷ്യരും
മിണ്ടാപ്രാണികൾ!

## 938 വല്ലായ്മ

കവിതയ്ക്കൊരു
ചേരായ്മയുണ്ടെങ്കിൽ
ഭാവനയ്ക്കൊരു
പോരായ്മയുണ്ട്.
ചേരായ്മയും
പോരായ്മയും
ചേരുന്നുണ്ടെങ്കിൽ
മനസ്സിനൊരു
വല്ലായ്മയുണ്ട്!

## 939 ഉന്മേഷം

കാലത്തെഴുന്നേറ്റ്
കാലും നീട്ടിയിരിക്കാതെ
ഒരു വടിയെടുത്ത്
തൊടിയിലിറങ്ങി
ചെടികളെനോക്കിയൊന്നു ചിരിച്ചാൽ
ഒരു ഉന്മേഷമുണ്ടാവും!

## 940 നന്നായി

ഒന്നായിട്ടും
നന്നായില്ല,
ഓരോന്നായിട്ടും
നന്നായില്ല!

## 941 ഒലക്ക

ഒന്നേയുള്ളെന്നുകരുതി
ഒലക്കക്കെടിച്ചു.
മലക്കം മറിഞ്ഞ്
രക്ഷപെട്ടു!

## 942 ഗോൾ

ഗേളിയൊരു
ഗോളടിച്ചു.
ഗൗളിയിരുന്ന്
ചിലച്ചു.

## 943 ചാൺ

കാറിലിരുന്ന്
ഫോൺ വിളിക്കുന്നവരുടെ
മുന്നിലേക്ക്
ഒരു ചാൺ വയറിനുവേണ്ടി
മാറിലിരിക്കുന്ന
കുട്ടിയുമായി
കൈ നീട്ടുന്നവർ!

## 944 വള്ളം

ഉള്ളു നീറി
വെള്ളത്തെ
തള്ളിത്തള്ളി
തീരമെത്താൻ!

## 945 വിശപ്പ്

പൊരിവയറിനായി
അരി നൽകാം.
അരവയറിനായി
അറിവ് നൽകാം!

## 946 ആരാച്ചാർ

വെളിച്ചം
ചൊരിയുന്ന
പുലരിയിൽ
നിമിഷങ്ങളെ
കയറിലൊളിപ്പിച്ച്
തന്റെ
ശത്രുവല്ലാത്ത
ഒരാളെ
കൊന്നിട്ട്
തുടിക്കുന്ന
കയറ്കണ്ട്
ഒരു നിഴൽപോലെ!

## 947 കുറ്റിച്ചൂൽ

നിങ്ങളെറിഞ്ഞ
മാലിന്യം
തൂത്തെറിഞ്ഞെറിഞ്ഞ്
തേഞ്ഞതാണ് ഞാൻ!

## 948 പുര

പുര കത്തുന്ന
വിവരം കിട്ടിയാൽ
വാഴ വെട്ടാൻ
വരം കിട്ടിയ ചിലർ!

## 949 കള്ളി

ചതിയില്ല.
കൊതിയില്ല.
ഞാനൊരു
ചതുരം മാത്രം.
എന്നിട്ടും വിളി
' കള്ളി '

## 950 അടവ്

പതിനെട്ടടവും
പയറ്റിത്തെളിഞ്ഞു.
പൈസ അടവിൽ
പയറ്റി വലഞ്ഞു.
വയസായപ്പോൾ
കടവും കേറി
വടവും ഏറി!

## 951 കൂട്ടുകാർ

നേട്ടങ്ങളിലോ
നഷ്ടങ്ങളിലോ
മറക്കാനാകാത്ത
ഓർമ്മകളിൽ
പടർന്ന്പിടിക്കുന്ന
നിഴലായ്
എന്നും നമ്മോടൊപ്പം
ഉണ്ടാവുക
വീട്ടുകാരും
നാട്ടുകാരും
അറിയാത്ത
കൂട്ടുകാർ !

## 952 വായനശാല

വിശാലമായ
വായനശാലയിൽ
അറിവിനായി
വിശക്കുന്ന
മനുഷ്യർ!
മനുഷ്യന്റെ
മനസ്സിനെ
വളർത്തുന്ന
വിത്തുകൾ
മുത്തുകളായി
അതിനുള്ളിൽ!

## 953 ലാപ്ടോപ്

അമ്മയുടെ
ലാപ്ടോപ്പിലിരുന്ന്
അറിവുകൾ
നേടി.
എന്റെ 'ലാപ് ടോപ്'
അമ്മയ്ക്ക്
കൊടുക്കാനൊരു
മടി!

## 954 യാത്ര

മരവിച്ച
കൈയുമായി
വെറും കൈയോടെ
കിടന്നൊരു
മടക്ക യാത്ര!

## 955 വസന്തം

വെയിലിനും
കുയിലിനും
കഥ പറയാനുണ്ട്.
വസന്തം!

## 956 അപ്പൂപ്പൻതാടി

പുഴവരമ്പിൽത്തട്ടി
പുഴുവിനൊരു
പാട്ടുപാടി
ആകാശത്തൊരു
അപ്പൂപ്പൻതാടി
പറന്നാടി പറന്നാടി
പോകുന്നെടി.
പാറക്കടവിലെ
പാടം കണ്ടാൽ
മറന്നാടി മറന്നാടി
താഴെ വരും!

## 957 ചരിത്രം

കൊഴിഞ്ഞുവീണ
നാളുകളിലേക്ക്
പുതിയൊരുകാലം
വിടരുമ്പോൾ
കഴിഞ്ഞ്പോയ
കാര്യങ്ങൾ
ചരിത്രം, വിചിത്രം!

## 958 വിഷു

കണിവെട്ടം
കണ്ടാൽ
കൈനീട്ടം
കിട്ടും!
നാണയത്തുട്ട്
ഇത്തിരി
നാണത്തോടെ
കൈനീട്ടി
വാങ്ങിയൊരു
ബാല്യം!

## 959 കുരുത്തോല

വിശുദ്ധ
വാരത്തിന്റെയും
കുരിശിന്റെയും
സ്മരണക്കായി
കുരുന്നുകളുടെ
കൈയിലെ
കുരുത്തോലയും
ഇന്ന് കുരിശായി
മാറുന്നു!

## 960 നിഴൽ

നിശ്ശബ്ദമായൊരു
സങ്കടംപോലെ
നിഴൽ.
അതൊരു
ആശ്വാസം പകരുന്ന
തണൽ!

## 961 മാഷ്

ദേഷ്യമുള്ള
മാഷ്
'കണക്കി'ന്
തന്ന
തല്ലിന്
കണക്കില്ല.
വണക്കം മാഷെ
വണക്കം!

## 962 അത്താഴം

അത്താഴത്തിന്,
നാളെ വെളുപ്പിന്
കൂവാനിരുന്ന
കോഴിയാണ്!

## 963 സ്വാതന്ത്ര്യം

കൂട്ടിലടച്ച
തത്തയ്ക്കോ
ഭരണിയിലെ
മീനിനോ
സ്വാതന്ത്ര്യം
വേണ്ടത്?

## 964 ദൈവം

മനുഷ്യൻ
മനുഷ്യനെക്കൊല്ലുന്ന
കാഴ്ചകണ്ട്
മാറുന്ന മേഘങ്ങളിൽ
മറഞ്ഞിരിക്കുന്നു.
പൈന്മരക്കാട്ടിൽ
ഭയന്ന് മറഞ്ഞിരിക്കുന്നു!

## 965 ഇടം

എങ്ങും
അടുക്കാതെ
പോയ
ആ ഒരിടം.
അവിടെ
ഞാൻ
ഏകനായി!

## 966 പുസ്തകം

ആളുകൾ
താളുകൾ
തുറക്കാതെ
മാളുകൾ
തുറക്കാൻ
കാത്തിരിക്കുന്നു.
പുസ്തകം
തുറക്കാതെ
ആളുകളുടെ
മസ്തകം
വരളുന്നു!

## 967 തീവ്രവാദം

ഉത്തരംമുട്ടുമ്പോൾ
വാക്കുകൾക്ക്
പകരം
തോക്ക്!
ചിന്തകൾ
അവസാനിക്കുന്നിടത്ത്
ചിതകൾ
വളരുന്നു!

## 968 കരിമുകിൽ

കാശ്മീരിലെ
കരിമുകിലേ
കരയുവതെന്ത്?
നിനക്കും കിട്ടിയോ
വെടി?
അതോ നിന്നിൽ ഇടി
വെട്ടിയോ?

## 969 കുരിശ്

വെള്ളിക്കാശിനായി
ഒറ്റിക്കൊടുക്കപ്പെട്ടവൻ
വെള്ളിയാഴ്ച
മരക്കുരിശിലേറി.
അവനത്തള്ളി
മരക്കുരിശിപ്പോൾ
സ്വർണക്കുരിശായി
മാറിൽ!

## 970 കനവ്

കനവ്
കൂടിയാൽ
കണ്ണിൽ
നനവ്!

## 971 വെടിയുണ്ട

നിശബ്ദതയെ
കീറിമുറിച്ച്
പായുന്ന
ഇരുമ്പുണ്ട
ആർക്കുവേണ്ടി ?
ആരാണ്
ശത്രുവെന്നറിയാതെ
ഇറ്റുവീഴുന്ന
ചുവപ്പ് തുള്ളികൾ !

## 972 വഴി

നഗരത്തിലെ
വഴികൾപോലെ
ചുവരിൽ
ചിതൽ
വഴികളൊരുക്കി.
ഒന്നും മൊഴിയാനാവാതെ
മിഴികൾ നിറഞ്ഞ്
ഞാനും!

## 973 കാലത്തിനപ്പുറം കടന്നവർ

നീളുന്ന പാതകളിൽ പതിച്ച
പാദമുദ്ര.
മഴ നനഞ്ഞ
ഓർമയുടെ ഗന്ധം.
ചിലപ്പോൾ
കാറ്റായി,
ചിലപ്പോൾ
കനലായി,
അവർ വരും
വീണ്ടും, മനസ്സിന്റെ
മിഴിയിലേക്ക്!

## 974 പട്ടിണിയും അറിവും

പാടം പതിരിട്ടകാലം
അരിയില്ലാക്കാലം
പട്ടിണിക്കാലം
ഒട്ടിയ വയറും
അറിവുള്ള കാലവും.
പാടം കതിരിട്ടകാലം
അരിയുള്ളകാലം
പട്ടിണിമാറി
കുടവയറായി
അറിവും പോയി!

## 975 കടുക്

ഞാനൊന്ന് പൊട്ടട്ടെ
ചട്ടിയിൽ പൊട്ടട്ടെ.
ഞാനൊന്ന്
പൊട്ടിയാൽ
നിങ്ങളാരും
ഞെട്ടേണ്ട!

## 976 തൊഴിലാളി

ചൂടുള്ള സൂര്യനെ
തോളിലേറ്റി
തൊഴിലാളി!

## 977 കരൾ

കരളലിയുന്ന
സിനിമ!
കരളുപോയി
നടന്മാർ!

## ൯൭൮ കാശ്

കീശയിലെ
കാശ് തീർന്നാൽ
വാശി തീർത്ത്
കാശിക്ക് പോവാം!

## ൯൭൯ തെളിച്ചം

വസന്തത്തിലെ
വെളിച്ചം
മനസ്സിന്റെ
തെളിച്ചം!

## ൯൮൦ ത്രാണി

കെണിയിൽ
വീണ പ്രാണിക്ക്
പറന്നുയരാൻ
ത്രാണിയില്ല!

## ൯൮൧ വേടൻ

നാട്ടിലുണ്ടൊരു
വേടൻ
ആടാനൊരു
വേടൻ
പാടാനൊരു
വേടൻ
മാടമ്പികളെ
വേട്ടയാടാനൊരു
വേടൻ!

## ൯൮൨ നാളെ

നാളെയെന്ന
കരയിലേക്ക്
ഇന്നെന്ന
പുഴയിൽ
നീന്തുന്നു
നമ്മൾ!
ചിലർ
കര കയറാനാവാതെ
'പുഴ'' യുടെ
ആഴങ്ങളിലേക്ക്!

## 983 പോരാ

ചിരിയെന്ന വേഷം
പോരാ.
വരികളിൽ ചിരി
നിറഞ്ഞാൽപ്പിന്നെ
തമ്മിൽ തമ്മിൽ
'പോരാ'!

## 984 കൊട്ടാവാടി

ഒരു കുട്ടിയുടെ
വിരൽ തൊട്ടാൽപോലും
പതറുന്നവൻ,
ചവിട്ടേറ്റാൽ
കുത്തിക്കയറും!

## 985 'നീറ്റ്'

നാറ്റമില്ലാതെ
നീറ്റലില്ലാത
നീറ്റാവട്ടെ .
കുട്ടികൾക്ക്
നേട്ടമാവട്ടെ !

## ൯൮൬ കാലി

നാൽക്കവലയിലൊരു
നാൽക്കാലി,
ഒപ്പം
വാലില്ലാത്തൊരു
ഇരുകാലി!

## ൯൮൭ ദുഃഖം

കണ്ണുകളുടെ
അകത്താകെ
തടഞ്ഞ് നിൽക്കുന്ന
മഴ!
പെയ്യട്ടെ,
ജീവിതം തളിരിടട്ടെ!

## ൯൮൮ ദൈവം

ഞാനൊരു ദൈവമായിരുന്നെങ്കിൽ,
മനുഷ്യനെ
സൃഷ്ടിക്കുന്നതിന് മുൻപ്
എന്റെ കൂട്ടിന്
മറ്റൊരു ദൈവത്ത
സൃഷ്ടിച്ചേനെ!

## 989 വെടിക്കെട്ട്

പടിക്കെട്ടിലിരുന്ന് ഞാൻ
വെടിക്കെട്ട് കണ്ടു.
മടിക്കെട്ടിലിരുന്നെൻ
ബീഡിക്കെട്ടഴിഞ്ഞു!

## 990 ശ്രമം

എത്ര ശ്രമിച്ചിട്ടും
കുറുപ്പിന്റെ
നിഴലും
കറുപ്പ് തന്നെ!

## 991 ആറടി മണ്ണ്

അവസാനം
ആറടി മണ്ണും
ആരുടെയോ
ഔദാര്യം!

## 992 'അമ്മ'

'അമ്മ
ചുമ്മാതല്ല
നമ്മളായത്!

## 993 നേഴ്സ്

'മേഴ്സി'യുള്ള
നേഴ്സ്!

## 994 ജീവിതം

വിധിച്ചത്
കൊയ്തെടുക്കാനുള്ള
നെട്ടോട്ടം!

## 995 ലക്ഷ്യങ്ങൾ തേടിയുള്ള യാത്ര

ലക്ഷ്യങ്ങൾ തേടിയുള്ള
യാത്രയിൽ
കാലങ്ങൾ സാക്ഷികളാകും .
അവിടെ ഒരിക്കൽ
നീ എത്തുമ്പോൾ
ആകാശം നിന്നെ
ചുംബിക്കും !

## 996 പിണ്ടി

റാവൽപ്പിണ്ടി
തോക്കുകൾ
നമുക്ക്
വാഴപ്പിണ്ടിപോലെ!

## ൯൯൭ മറുപാട്ട്

വസന്തത്തിന്റെ
മറവിൽ
ഒരുപാട്
കുയിലുകൾ
ഒരുമിച്ച് പാടിയപ്പോൾ
എന്റെ മറുപാട്ടിന്റെ
ജീവനുരുകി!

## ൯൯൮ മൊതല്

മൊതലാളിയുടെ
മൊതലുകളിൽ
ചിലതെല്ലാം
ചിതലെടുത്തു.
ചിലതൊക്ക
ചിതയെടുത്തു!

## ൯൯൯ കണ്ണീർ

ഈ മുതലക്കണ്ണീർ
എന്ന് മുതലാ?

## 1000 കടലാസ്

കരളിലെ
മോഹംകൊണ്ട്
മനസ്സെന്ന
കടലാസിൽ
കടലോളമെഴുതി.
വെള്ളക്കടലാസ്
ഇന്നും ശൂന്യം!

## 1001 സംസ്കാരം

മൗനം
സംസ്കാരം
ശവസംസ്കാരം!

## 1002 നാലുവരി

നാലുവരിയിൽ
നാലാളുകൾ
എഴുതിയെഴുതി
പരസ്പരം
കാല് വാരി.

## 1003 പട്ടം

പട്ടം പറക്കും.
ചരട് പൊട്ടിയാൽ
കുട്ടിയെ 'വട്ടം' കറക്കും!

## 1004 പമ്പരം

മുറ്റത്ത്
ഒറ്റക്കാലിൽ
ചുറ്റിത്തിരിയും
പമ്പരം.
ചരടിന്
നൊമ്പരം!

## 1005 ചാരം

ഒരിക്കൽ
വാചാലതയുടെ
തീയായിരുന്നു.
ഇപ്പോൾ
മൗനത്തിന്റെ
കരിപ്പൊടി!

## 1006 വൃത്തി

പ്രവൃത്തിയിൽ
വൃത്തിയില്ലേൽ
നിവൃത്തിയില്ലാതെ
പ്രവൃത്തി
അവസാനിപ്പിക്കേണ്ടിവരും!

## 1007 പാലം

ഒറ്റപ്പാലമിട്ടാൽ
ഒറ്റപ്പെടൽ
ഒഴിവാക്കാം!

## 1008 മിച്ചം

മിച്ചംപിടിച്ച്
മെച്ചമുള്ളൊരു
വീടുവാങ്ങി.
അതിനുള്ളിൽ
മെച്ചമില്ലാത്തൊരു
ജീവിതം മിച്ചം!

### 1009 മരണം

വരണം കാലാ
തോരണം ചാർത്തി
തരണമെനിക്ക്
സുഖമുള്ളൊരു
മരണം. ശേഷം,
തോരണമെന്റെ
കണ്ണീർ!

### 1010 വറ്റ

പറ്റിലൊരു
വറ്റ വാങ്ങി
വറ്റിച്ച് വെച്ചു.
വറ്റിപ്പോയി
പറ്റിപ്പോയി!

### 1011 ചാരുകസേര

അച്ഛന്റെ,
ഭാരവും
സ്വപ്നവും
ദിവസങ്ങളും
ധൈര്യവും
എല്ലാം ചുമന്ന് ചുമന്ന്
ചാരുതയേറിയ
കസേര.

## 1012 ധനം കദനം

കൂടുതലുള്ള
ധനമിത്തിരി
ദാനം ചെയ്താൽ
കദനം കുറയും
വദനം വിടരും!

## 1013 ജനം

ചിരിയും
കണ്ണീരും
ചുമന്ന്
വഴിയിലൂടെ
നടന്നു പോകുന്നവർ!

## 1014 നടപ്പ്

പാതകൾക്കൊരു
ലക്ഷ്യവുമില്ല.
പാദങ്ങൾക്ക്
ലക്ഷ്യമുണ്ട്.
കാതങ്ങളെത്ര
നടന്നാലും
ലക്ഷ്യത്തിലെത്തും!

## 1015 മുടി

നെടുമുടിയിൽനിന്നും
കൊടുമുടി കയറിയാലും
അടിമുടി
വെടിപ്പായി
മുടി നരയ്ക്കും!

## 1016 ഓന്ത്

ചിന്തകൾ
മാറുന്നത്
ചന്തം മാറുന്ന
ഓന്തിനെപ്പോലെ!
മാറിയില്ലേൽ
ഒരു കുന്തവുമില്ല!

## 1017 നിറം

കറുപ്പ്നിറം
വെളുപ്പ്നിറം
നിറമില്ലാത്ത
നിറങ്ങൾ,
നിറവില്ലാത്ത
നിറങ്ങൾ,
കനവില്ലാത്ത
നിറങ്ങൾ!

## 1018 ഊമ

നാക്ക്
പൊന്നായി
തോന്നുമെങ്കിലും
മൂർച്ചയില്ലാത്ത
അരിവാൾ പോലെ.
നാദമില്ല!

## 1019 ഊഞ്ഞാൽ

ആഞ്ഞിലി മരത്തിൽ
ഒരു ഊഞ്ഞാല് കെട്ടി.
ചെരിഞ്ഞാൽ
പൊട്ടുന്നത്രയും
ഉയരത്തിലാടി!

## 1020 തന്ത്രം

മന്ത്രവും
തന്ത്രവുമില്ലാത്ത
യന്ത്രലോകത്ത്
മന്ത്രിയുടെയും
തന്ത്രിയുടെയും
തന്ത്രങ്ങൾ!

## 1021 നാലുവരി

നാലുവരിയിൽ
നാലാളുകൾ
എഴുതിയെഴുതി
പരസ്പരം
കാല് വാരി.

## 1022 നില

മനോനില
തെറ്റിയാൽ
അനിലും
വീഴും
അനിലയും
വീഴും!

## 1023 കഴുകൻ

മുഴുത്തൊരു
കഴുകൻ
കഴുമരത്തിന്മേൽ
വട്ടമിട്ട്
പറന്നിരുന്നു,
തട്ടം മൂടിയൊരു
തലയും കാത്ത്!

## 1024 റൊട്ടിയും കുട്ടിയും

പട്ടി
കുട്ടിയുടെ
കൈയിൽനിന്നും
റൊട്ടി
തട്ടിയെടുത്തു.
കുട്ടി
കരഞ്ഞോണ്ട്
വീട്ടിലേക്കോടി
തട്ടിവീണു.

## 1025 പനി

പനി 'തിരിഞ്ഞാ'ൽ
നിപ യാവും,
'പണി' കിട്ടും.
ചിലപ്പോൾ
പണി പോകും
കെണിയാവും.

## 1026 ശിക്ഷ

ശിക്ഷയൊരു
ശത്രുവല്ല.
നേർവഴികാട്ടുന്ന
നേരായ
മിത്രം!

## 1027 റോഡ്

റോഡിലൊരു
ഗോഡ്.
വഴിവക്കിൽ
ഗോഡിനുണ്ടൊരു
വീട്.
കാശ് വീഴും വീട്.
റോഡിലൊരാള്.
വീടില്ലാത്തൊരാള്
കാശില്ലാത്തൊരാള്!
കൂട്ടിന്
വീടില്ലാത്തൊരു
ഡോഗ്!

## 1028 ദയ

ദയയെന്ന
പുഷ്പം
ഹൃദയത്തിൽ
വിരിഞ്ഞാൽ
ലോകം
സുഗന്ധപൂരിതമാകും!

## 1029 ആശാൻ

ആശയുള്ള
ആശാൻ.
അറിവുള്ള
ആശാൻ.
ആശാനൊന്ന്
പൂശാൻ പോയി.
പൂശിയിട്ട്
പൂസായി.
മീശയൊന്ന്
മിനുക്കി
കീശയിൽ
കൈയ്യിട്ടു.
കാശില്ല!

## 1030 അഴിമരി

ഫലം
അഴിയാണെന്നറിഞ്ഞിട്ടും
ഇനി
മതിയെന്ന്
പറഞ്ഞിട്ടും
പിന്നെയും
'അഴിമതി'!

## 1031 നിറം

നിറമില്ലാത്തവൻ,
നിറമില്ലാത്ത
ദൈവത്തെ
നിറങ്ങൾകൊണ്ട്
തെരുവോരം നിറയെ
വരച്ചു.
ജനത്തിന്റെ
മനവും നിറഞ്ഞു!

## 1032 ചിരി

അവൻ
അവരെനോക്കി
കരഞ്ഞു.
അവർ വിളിച്ചു
ഭ്രാന്തൻ!
അവൻ
അവരെനോക്കി
ചിരിച്ചു.
അവർ
അവനെ
വിളിച്ചു,
മുഴുഭ്രാന്തൻ!

## 1033 കോടി

കോടികൾ
കൈയിലുണ്ടെങ്കിൽ
ആളുകൾ
ഓടിക്കൂടും!
കൊടികൾ
കൈയിലുണ്ടെങ്കിൽ
ആളുകൾ
കോടികളുമായി
ഓടിയെത്തും!

## 1034 വെട്ടം

ഇരുട്ട് മുറിച്ച്
വന്നൊരു വെട്ടം
മനസ്സിന് താങ്ങായി
വന്നൊരു വെട്ടം.
നിഴലും ഭയവും
ഓടി മറഞ്ഞു!

## വൃത്തം

കവിതയ്ക്
വൃത്തം വേണം.
കഥയ്ക്ക്
നീളം മതി!

## 1036 വിളക്ക്

കത്തിതീരുന്ന
എണ്ണയ്ക്കുമപ്പുറം
നിശബ്ദമായി
കാറ്റിന്റെ നടുവിലും
പ്രത്യാശയുടെ
ഒരു ചെറുവെട്ടം തന്ന്...

## 1037 ചവറ്

ചവറുകൾ
വാരിക്കൂട്ടി
കവറിലാക്കി
വളവിലെ
മറവിലെറിയരുത്!
തപ്പില്ലാതെ
ക്യാമറക്കണ്ണുകളൊപ്പും!

## പലഹാരം

സ്നേഹമുള്ള
പലഹാരം
പലതിനും
പരിഹാരം!

## 1039 കോടതി

കോത്താഴത്തൊരു
കോടതിയിൽ
കോഴിക്കള്ളനെ
വിസ്തരിച്ചു.
തെളിവായി
പപ്പും പൂടയും
കണ്ടപ്പോൾ
കോടതി നാവിൽ
വെള്ളമൂറി!

## 1040 പ്രതി

പ്രതിക്കൊരു
കൊതി.
വധിക്കാൻ
വിധിക്കരുത്!
പ്രതിവിധിയുള്ളൊരു
കൊതി!

## 1041 പർവ്വതം

പർവ്വതംപോലെ
വളർന്നാലും
ഗർവ്വില്ലെങ്കിൽ
സർവ്വതും വന്ന്
ചേരും!

## 1042 സാക്ഷി

അകത്ത്
നിശബ്ദമായി
സാക്ഷി നിൽക്കുന്നു,
സാക്ഷയിട്ട്!
പുറത്ത് സാക്ഷിയേയും
കാത്ത്
കണ്ണ് മൂടിക്കെട്ടി
ഒരു വനിതയും!

## 1043 വാദി

വാദി
വാദിച്ചത്
ജയിക്കാനല്ല.
മനസ്സിന്റെ
ഇരുട്ടിൽ
ഒരുതരി
വെളിച്ചം
വരാൻ!

## കലച്ചോറ്

വയറെരിയുമ്പോഴും
ചിന്തയെരിയുന്ന
ചോറ്!

## 1045 കഴുത

വോട്ടെന്ന പഴുതിലൂടെ
വീണ്ടും വീണ്ടും
കുഴിയിൽ വീഴും
പൊതുജനമെന്ന
കഴുത!
വോട്ടെണ്ണിക്കഴിഞ്ഞാൽ
വിജനം!

## 1046 ഉണ്ട

അരിയുണ്ട
കൊടുത്തവർക്ക്നേരെ
വെടിയുണ്ട!

## 1047 എച്ചിൽ

വിശപ്പുള്ളവന്
ജാതിയില്ല
മതമില്ല.
തുച്ഛംപോലും
എച്ചിലുമില്ല!

## 1048 ഭ്രാന്ത്

മങ്ങലേറ്റ
ചങ്ങലയ്ക്കും
വിങ്ങൽ!

## 1049 മെസ്സി

പത്താം നമ്പർ
ജേഴ്സിയിൽ
പച്ചപ്പുല്ലിലെ
പന്തിനോട്
മന്ത്രം ചൊല്ലി
തന്ത്രത്തിൽ
ഗോളടിച്ച്
ചരിത്രം
എഴുതിയവൻ!

## 1050 വെയിൽ

വെയിലുണ്ടേൽ
കുയിലുണ്ട്,
പാട്ടുണ്ട്!
വയലുണ്ട്
വിത്തുണ്ട്
വിയർപ്പുണ്ട്
ജീവിതമുണ്ട്!

## 1051 കുളവാഴ

ആരും നട്ടില്ല
വളമിട്ടാരും
വളർത്തിയില്ല.
കുളക്കോഴിക്കൊരു
നടവഴിയായി
നിശബ്ദ കുളത്തിന്
മേലേ
നിശബ്ദമായി....!

## 1052 നിലവിളി

വാക്കുകൾ
ഉടഞ്ഞ് വീണ
ഹൃദയത്തിന്റെ
അവസാനഭാഷ!
സഹിക്കാനാവാത്ത
സത്യത്തിന്റെ
രൂപം!

## 1053 പുഷ്ടി

കഷ്ടപ്പാട്
ഇഷ്ടപെട്ടാൽ
ജീവിതം
പുഷ്ടിപ്പെടാം!

## 1054 ഒറ്റ

ഒറ്റയ്ക്കിരുന്നാലും
തെറ്റിപ്പോകാതെ
ചുറ്റുപാടും നോക്കുക.
ഇല്ലേൽ
പറ്റിക്കപ്പെടാം!

## 1055 മോഗി

രോഗമില്ലാത്ത
യോഗി.
യോഗമില്ലാത്ത
രോഗി!
രോഗവും
യോഗവും
ഇല്ലാത്ത
മോഗി!

## 1056 നിഴൽ

ഒരു മുഴം
നീളമുള്ള
കുഴലിന്റെ
നിഴലിനുമുണ്ടൊരു
സംഗീതം!

## 1057 ജനനം

പഞ്ഞിപോലുള്ളൊരു
കുഞ്ഞിന്റെ
ജനനം,
മഞ്ഞിൻ
കണങ്ങളിൽ!

## 1058 അവസാന നാളുകൾ

വർഷത്തിന്റെ
അവസാന
നാളുകൾ
അവസാനമല്ല!
ഓർമ്മകളുടെ
ആരംഭമാണ്!

## 1059 മടി

ചൊടിയില്ലാതെ
മടിപിടിച്ച്
അമ്മയുടെ
മടിയിലിരിക്കാനൊരു
മോഹം.
എന്നിട്ടൊരടി
കൊള്ളാനും!

## 1060 പിരിവ്

ചരിവും
തിരിവും
ഇല്ലാത്ത
ചിരിച്ചൊരു
പിരിവ്!

## 1061 വോട്ടർ

വോട്ടറൊരു
ബട്ടനമർത്തി.
വോട്ടെല്ലാം
തട്ടിക്കിഴിച്ച് നോക്കി.
ഒരേയൊരു
വോട്ടിന് തോറ്റുപോയി.
നോട്ടയ്ക്കൊരു
വോട്ട് പോയി.
നോട്ട് കിട്ടിയിട്ടും
നോട്ടപ്പിശകായി!

## 1062 കലാപം

ഏത്
കലാപത്തിന്റെയും
അവസാനം
വിലാപം

## 1063 തെരുവ്

വരവുള്ളോൻ
മരുവിൽ,
അവസാനം
തെരുവിൽ!

## 1064 അടയ്ക്ക

അടക്കത്തോടെ
അടയ്ക്കയെരിഞ്ഞു.
അടയ്ക്കാത്തോട്
മടക്കിയെറിഞ്ഞു.
മുറുക്കത്തോടെ
വായിലിട്ടു.
ചുരുക്കത്തോടെ
ചൊരുക്കറിഞ്ഞു.

## 1065 വടി

സ്കൂളിൽ
വടിയില്ല
അടിയില്ല
അത്കൊണ്ട്
വടിവില്ലാത്തൊരു
തലമുറ!

## 1066 വേശ്യ

ഇരുട്ടിനെ
ഭയപ്പെടാത്തവൾ!
വേദാന്തമോതുന്നവരുടെ
വേഷപ്പകർച്ച
കാണുന്നവൾ!

## 1067 കവി

കവിയുടെ
കൈയിൽ
എയ്യാൻ
വാക്കിന്റെ
പവിയുണ്ട്.
“വിളമ്പാൻ’
നാക്കിന്റെ
തവിയുണ്ട്!

## 1068 പോറ്റി

നമ്മെ
പോറ്റി
വളർത്തിയത്
അമ്മയും അപ്പനും!
'പോറ്റി'
വളർത്തിയതാരെ?
പോറ്റിത്തളർത്തിയതാരെ?

## 1069 പ്രസംഗം

‘പ്രസംഗം
ഒരു കല’!
ഞാനൊരു
കലാകാരൻ
ആയതുകൊണ്ടാവാം
ആരൊക്കെയോ
എന്നെ
വിളിച്ചത്
ചെവിയിൽ എപ്പോഴും
മുഴങ്ങുന്നു,
‘എടാ അധികപ്രസംഗീ’ന്ന്!

## 1070 കൂടും കുടിലും

മരക്കൊമ്പിൽ
നെയ്തൊരു
കൂട്.
മണ്ണിൽ പണിതൊരു
കുടില്.
പക്ഷി
പറക്കാൻ പഠിച്ചൊരു
കൂട്.
മനുഷ്യൻ
നിൽക്കാൻ പഠിച്ചൊരു
കുടില്.
കാറ്റിലുലയും
കൂടും കുടിലും!

## 1071 നേരം

പാരിലൊരു
നേരമെങ്കിലും
നേരായി നടന്നാൽ
നേരത്തേ,
നേരം നോക്കി
നേരായി നടന്നവരെ
നേരിൽ കാണാം.

## 1072 നഷ്ടം

ഗൃഹാതുരത്വം
ഉറങ്ങുന്ന
പെരുവഴിയിലെ
ഉണങ്ങിയ
ചാണകത്തിന്റെ
മണം!

## 1073 മൂന്നുമുറി

ഒരുമുറിയിൽ
കോടാലി
മറുമുറിയിൽ
മൂപ്ലിയം വണ്ട്
നടുമുറിയിൽ
അമ്പ്!

1074 **മരണം**

ആർക്കും
തിടുക്കമില്ലാത്ത
തടുക്കാൻ
പറ്റാത്ത ഒരു
മടക്കയാത്ര!

1075 **കേടായ വണ്ടി**

കാലം ചുമന്ന
വഴികളിലൂടെ
ഓടിക്കേടായ
വണ്ടീ, നിന്റെ
പഴയ
യാത്രകളൊക്കെയിനി
വെറും ഓർമ്മകൾ
മാത്രം!

1076 **അത്തറ്**

ഖത്തറിൽ
പോയി
അത്തറും വാങ്ങി
ഇത്തിരിപ്പോന്ന
പത്തിരിയും വാങ്ങി!

## 1077 തെരുവ്

വരവുള്ളവൻ
മരുവിൽ.
കരുതലില്ലെങ്കിൽ
തെരുവിൽ!

## 1078 കിതപ്പ്

വലിച്ച്
വലിച്ച്
അവസാനത്തെ
കിതപ്പും
നിലച്ചു!
പിന്നെ,
പുതപ്പ്
വലിച്ചിട്ടു!

## 1079 ഉള്ള്

ഉള്ള്
പൊള്ളയാണെങ്കിലും
മുള്ള്
കൊള്ളുന്ന
വേദനയാണ്!

## 1080 എല്ലം പുല്ലം

പല്ലിനിടയിലെ
എല്ലും
കല്ലിനിടെയിലെ
പുല്ലും
രണ്ടും വല്ലാത്ത
ഒരവസ്ഥയിലാണ്!

## 1081 വഴിയിലെ കരിയിലകൾ

കാറ്റിനുപോലും
വേണ്ടാതെ,
കാലടികൾക്കിടയിൽ
നിശബ്ദമായി
ഞെരിഞ്ഞമർന്ന്
വഴിയുടെ ഭാഗമായി
തീരുന്നു!

## 1082 ഉൾക്കടൽ

ഉള്ളിലെ
ആഴങ്ങളിൽ
ഒരു കടൽ.
വാക്കുകളെല്ലാം
അതിൽ
മുങ്ങിക്കിടക്കുന്നു.

## 1083 പിച്ച്

പിച്ചും പേയും
പറഞ്ഞാൽ
വട്ട്!
'പിച്ചി'ട്ട് പാടിയാൽ
പാട്ട്!
പിച്ചീട്ട് ഓടിയാൽ
അടി!

## 1084 ഒരിടം

പാരിടത്തിൽ
ഒരിടം കണ്ടെത്താൻ
അലയുന്നു
പാവങ്ങൾ
മനുഷ്യർ!
'പറക്കുന്നു'
പണക്കാർ
മനുഷ്യർ!

## 1085 റിപ്പബ്ലിക് ദിനം

സമത്വവും
നീതിയും
'പബ്ലിക് ' ന്
ശ്വാസമായ
ദിനം!

## 1086 അയൽക്കാർ

ഇന്ന്,
തുറക്കാത്ത
വാതിലുകൾ.
വിരിയാത്ത
ചിരികൾ.
തിരിയാത്ത
ഭാഷകൾ!

## 1087 മതം

വിശപ്പ്
മതമായാൽ
മാലോകരെല്ലാമൊന്ന്!
സ്വന്തം
വയറ്തന്നെ അതിന്റെ
ദൈവവും!

## 1088 നെഞ്ച്

മൊഞ്ചുള്ള
നെഞ്ചിനകത്തും
ചിന്തകൾ
ചിലപ്പോൾ
കാർമേഘങ്ങളാകും,
പെയ്യും!

## 1089 ക്യാമറ

കരുണയും
സ്നേഹവുമില്ലാത്ത
കണ്ണുകൾ.
ക്ലിക്കിലൊരു ചിരി
ഫ്രെയിമിൽ
കണ്ണീർ!

## 1090 നിഴൽ

വാക്കുകളില്ല,
വാഗ്ദാനങ്ങളില്ല.
വെളിച്ചമുള്ളപ്പോൾ
എന്നോടൊപ്പം.
ഇരുട്ടായാൽ
ചതിക്കും!

## 1091 ചവറ്

പറമ്പിലെ
ചവറ്
പുക.
കവറിലെ
'ചവറ് '
മനസ്സിലെ
'തീ'!

1092 **കുടുംബ ബജറ്റ്**

വൈഫൈ ക്ക്
ബജറ്റ്.
ഡാറ്റാ യ്ക്ക്
മറ്റൊരു ബജറ്റ്.
മാസാവസാനം
മാഗിതന്നെ
ശരണം!

1093 **പാളി**

'പാളി' പോയി
ഒന്ന്
പാളിപ്പോയി!

1094 **ഗുളിക**

ഓരോ ഗുളികകളും
മനുഷ്യന്റെ ആശയുടെ
ചെറിയ വിത്തുകളാണ്.
ജീവിതം തുടരാൻ
നമ്മളത് വിഴുങ്ങുന്നു!
ആശയറ്റ് ചിലർ
ജീവിതം അവസാനിപ്പിക്കാനും!

## 1095 തൊലി

ചൂടും
തണുപ്പും
ഏറ്റുവാങ്ങുന്ന
തൊലി,
ചുളിവിലാക്കി
'ചുളുവിൽ'
കഴിഞ്ഞകാല
കഥകൾ
പറയും!

## 1096 കോലം

പാടത്ത്,
കലയോടെ
ഒരു കോലമുണ്ടാക്കി.
അതിന്റെ തലയിലൊരു
കലം കമഴ്ത്തി.
മനുഷ്യക്കോലങ്ങൾ
അതിന് ചുറ്റുംവലം
വെച്ചു.
മുറ്റത്തും കലയോടെ
ഒരു കോലം വരച്ചു.
എന്നിട്ടും പട്ടിണിമാത്രം
മിച്ചം!

## 1097 ക്ലോക്ക്

കട്ടിലിന് ചുറ്റും
കാത്ത് നിന്നവരെ
ക്ലോക്ക്
ചതിച്ചു!

## 1098 തെരുവ്

വിശപ്പിന്റെ
തത്വശാസ്ത്രവും
മനുഷ്യരുടെ
തെളിവുകളും
സ്വയം
മറക്കാനുള്ള
വീഥി!

## 1099 ചകിരി

ചകിരി തിരിഞ്ഞും
പിരിഞ്ഞും
വേർപിരിയാതെ
കയറായി!
കയറി
പിടിച്ച് കെട്ടാൻ
കയറായി,
പിടിവലിക്ക്
വടമായി!

## 1100 ഫ്രീസർ

തഴുകിയ
കൈവിരലുകൾ
അഴുകാതെ
കാത്ത് കിടക്കുന്നു!

## 1101 മുല്ലപ്പൂ

പേനരിക്കും
തലമുടിയിൽ
മുല്ലപ്പൂ
ചൂടി നടന്നാൽ
തേനരിക്കും
വാക്കുകൾ
കേൾക്കാം.

## 1102 പണിമുടക്ക്

ലോകമെങ്ങുമുണ്ട്
പണിമുടക്കിന്റെ
മണിമുഴക്കം.
പണിമുടക്കിയാണ്
മുടക്കമില്ലാതെ
പണി കിട്ടിയതും
പണിക്ക്
പണം കിട്ടിയതും.

## 1103 റെയിൽ

പുതിയ
റെയിൽ
കാത്ത്
'വെയിൽകാഞ്ഞ്'
കേരളം.

## 1104 കല്ലുമാല

ഞാനൊരു
കല്ലുമാലയണിഞ്ഞപ്പോൾ
പൂമാല കൊതിച്ച
എനിക്ക് കിട്ടിയത്
തല്ല്മാല!

## 1105 പനി

പനിവന്ന്
കൂനിപ്പോയാൽ
ചിക്കുൻ ഗുനിയ!
പനിയൊന്ന്
'തിരിഞ്ഞാൽ '
നിപ!
രണ്ടും വന്നാൽ
പണി പോകും
'പണി'യാകും!

## 1106 വോട്ട്

കൊട്ടയാണ്
ചിഹ്നം.
നേട്ടമാണ്
നോട്ടം.
നോട്ടാണ്
നേട്ടം.

## 1107 ഓന്ത്

മന്ത്രത്തിൽ
ചിന്ത മാറുന്ന
മനുഷ്യൻ,
തന്ത്രത്തിൽ
ചന്തം മാറുന്ന
ഓന്തിനെപ്പോലെ!

## 1108 തൊലി

തൊലിനിറം
പലനിറമെങ്കിലും
തൊലിയുടെ
ചുളുവുകൾ
പ്രായത്തിന്റെ
തെളിവുകൾ!

## 1109 ആമ

കടലാമേ
നീ
കോളടിച്ചു.
കരയാമേ
ഒന്ന്
കരയാമോ?

## 1110 ചെരുപ്പ്

കാലിന്
കാവലായി,
ചേലുള്ള
ചെരുപ്പ്,
തോലുള്ള
ചെരുപ്പ്!

## 1111 ശോകവും ശ്ലോകവും

സൗന്ദര്യമുള്ള
വേദന.
കലയുള്ള
കണ്ണീർ.
ഇവയിൽ നിന്നും
ശോകമുള്ള
ശ്ലോകവും
ജനിക്കുന്നു!

www.ingramcontent.com/pod-product-compliance
Ingram Content Group UK Ltd.
Pitfield, Milton Keynes, MK11 3LW, UK
UKHW042137021026
15589UKWH00003B/893

9 789348 511140